1/

பதினான்காவது அறை

(ஹிட்ச்காக் தொகுத்த மர்மக் கதைகள்)

தமிழில்: யூமா வாசுகி

நியூ செஞ்சுரி புக் ஹவுஸ் (பி) லிட்.,
41-B, சிட்கோ இண்டஸ்டிரியல் எஸ்டேட்,
அம்பத்தூர், சென்னை– 600 098.
☎ : 26241288, 26251968, 26258410

Language: Tamil
Pathinankaavathu Arai
Compiled by : **Alfred hitchcock**
Translator : **Yuma Vasuki**
NCBH First Edition: November, 2014
Copyright: Publisher
No. of pages: xii + 136 = 148
Publisher:
New Century Book House Pvt. Ltd.,
41-B, SIDCO Industrial Estate,
Ambattur, Chennai - 600 098.
Tamilnadu State, India.
Email : info@ncbh.in
Online : www.ncbhpublisher.com

ISBN: 978 - 81 - 2342 - 752 - 2
Code No. A 3099
₹ 115/-

Branches
Ambattur (H.O.) 044-26241288, 26258410, 26251968, 26359906 **Spenzer Plaza** (Chennai) 044-28490027 **Trichy** 0431-2700885 **Tanjore** 04362-231371 **Tirunelveli** 0462-2323990 **Madurai** 0452-2344106, 2350271 **Dindigul** 0451-2432172 **Coimbatore** 0422-2380554 **Salem** 0427-2450817 **Hosur** 04344-245726 **Ooty** 0423-2441743 **Vellore** 0416-2234495 **Villupuram** 04146-227800 **Pondicherry** 0413-2280101 **Thiruvannamalai** 04175-223449

பதினான்காவது அறை
(ஹிட்ச்காக் தொகுத்த மர்மக் கதைகள்)
தமிழில்: **யூமா வாசுகி**
என்.சி.பி.எச். முதல் பதிப்பு: நவம்பர், 2014

அச்சிட்டோர் : *பாவை பிரிண்டர்ஸ் (பி) லிமிடெட்.,*
16 (142), ஜானி ஜான் கான் சாலை, இராயப்பேட்டை, சென்னை - 14
☎ : 044 - 28482441, 28482973

முன்னுரை

முற்றிலும் எதிர்பாராத விதமாகத்தான் நான் மருத்துவர் லூயிஸ் ஆரைச் சந்தித்தேன். பிற்பாடு அவரைப் பற்றி நினைக்கும் போதெல்லாம் ஒரு புகழ் பெற்ற மனோதத்துவ நிபுணராகத்தான் அவர் என் மனதில் காட்சிப்படுகிறார். அப்படி நான் நினைக்கக் காரணமான சம்பவம், உண்மையைச் சொன்னால் - சம்பவிக்கக் கூடியது என்பதற்கான எல்லைகளையெல்லாம் கடந்து - அதி கற்பனை என்னும் தளத்தில் சென்று நிற்கிற ஒன்று. மேலதிகமாக ஏதாவது சொல்வதற்கு முன்பு ஒரு முன்னறிவிப்பு. மருத்துவர் லூயிஸ் ஆர் என்னும் பெயர் முற்றிலும் யதார்த்தமற்றது. என் கற்பனையில் உருப் பெற்றது. 'பெயர் கெட்டு விட்டது' என்றோ, 'மான நஷ்டம்' என்றோ யாரேனும் என் மீது வழக்குப் போடக்கூடாது என்று எனக்குக் கட்டாயம் உண்டு. இனி நாம் சம்பவத்திற்குச் செல்லலாம்.

குளிர் காலம் வந்தபோது நான் விடுமுறை எடுத்துக்கொண்டு சுவிட்சர்லாந்திற்குச் சென்றேன். அங்கே 'பாட்லோ' என்னும் விடுதியில் தங்கினேன். ஆல்ப்ஸ் மலைத் தொடர்களின் மேலே, இயற்கை அழகின் நடுவில் அமைக்கப்பட்டிருக்கும் ஒரு சிறிய விடுதிதான் பாட்லோ. விடுதியின் கூரைத் தளத்தின் கணிசமான பகுதி, செங்குத்தான மலைக்கு மேலே வெளியே உந்தி நிற்கிறது. கூரைத் தளத்திலிருந்து கீழே பார்த்தால் ஆழமான பள்ளத்தாக்கு. ஏறத்தாழ நான்காயிரம் அடி ஆழமுள்ள பாதாளம்.

மருத்துவர் லூயிஸ் ஆரும் அந்த விடுதியில்தான் தங்கியிருந்தார். அழகானவர். இனிய முகங்கொண்டவர். ஆரோக்கியமானவர். விளையாட்டில் ஆர்வமுள்ளவர். ஸ்லாலோமின் பயங்கரமான வளைவுகளினூடே அவர் அழகாக பனிச் சறுக்கி வருவதை நான் பார்த்திருக்கிறேன். தவளை தாவுவதுபோல, கேட்டின் பனிப் படலங்களைத் தாண்டி, ஆபத்தான வளைவிலும் திருப்பத்திலும் இடம் வலம் பார்க்காமல்

சறுக்கி, கீழே கவிழ்ந்து விழச் சாத்தியமான நிலையிலிருந்து அபாரமாகச் சறுக்கி நிலை மாற்றும் அந்த நிபுணரை யாரும் பார்க்காமல் இருக்க மாட்டார்கள். அவரின் பெரிய உற்சாகமும், மகிழ்ச்சியும்தான் அனைவரையும் கவரும். விடுதியின் மதுச் சாலைக்குச் சென்றால் நாம், அவரின் தமாஷ்களும், குபீர்ச் சிரிப்புகளும் தொற்று நோய்போல பலரையும் பற்றிப் படர்வதைப் பார்க்கமுடியும். அதைத் தவிர, ஓக் மரத்தால் அமைக்கப்பட்ட வரவேற்பு அறையிலும் இந்த மருத்துவரின் லீலைகளைப் பார்க்கலாம். விடுமுறையைச் செலவிடுவதற்காக வந்த சிலருக்கு மருத்துவர்தான் யோகா கற்றுக்கொடுப்பார். அவர் சிரசாசனத்தில் ஏறத்தாழ எட்டு நிமிடங்கள்வரை இருப்பார். அவர் யாரையும் சந்தோஷப்படுத்துவார். சிரிக்க வைப்பார். அது அவரின் பிரத்தியேகத் திறமை என்று சொல்லலாம். அதனால் அவரை எனக்கும் பிடித்திருந்தது. உல்லாசமான, நகைச்சுவைப் பிரியமுள்ள ஒரு நல்ல மனிதர்.

பிற்பாடுதான், அவரைப் பற்றி என் மனதில் வேரூன்றியிருந்த நல்ல அபிப்பிராயத்தை மாற்றக்கூடிய சம்பவம் நடந்தது. ஒரு நாள் காலையில் ஓசைக் களேபரத்தைக் கேட்டுத்தான் நான் விழித்தேன். ஏன் இந்தக் கூச்சல் என்று அறிவதற்காக நான் சன்னல் வழியே வெளியே பார்த்தேன். விடுதியின் மேற்கூரையின் கைப்பிடியில் ஒருவன் ஏறி நிற்கிறான். விடுதியின் பரிசாரகர்களில் ஒருவனான லா பார்ஜ்தான், இப்போது கீழே குதித்துவிடுவேன் என்று சொல்லி மதில் மேல் பூனையைப்போல நின்றிருந்தான். பக்கத்தில் மருத்துவர் லூயிஸ் ஆரும் நின்றிருந்தார். நான் விரைவில் அணிந்து கொண்டேன். என் படுக்கை அறையின் கதவைத் திறந்தால் நேராகக் கூரையை அடைந்துவிடலாம். நானும் அப்படி, என்ன செய்ய வேண்டும் என்று அறியாமல் நிற்பவர்களில் ஒரு ஆளானேன். கீழே பாய்ந்து தற்கொலை செய்துகொள்வேன் என்று லா பார்ஜ் சத்தம் போட்டுக்கொண்டிருந்தான். லா பார்ஜின் காதலியான சமையற்காரி, விடுதியின் ரொட்டிக்காரனுடன் ஓடிச் சென்றுவிட்டாள் என்று சுற்றிலும் இருந்தவர்களிடமிருந்து நான் புரிந்துகொண்டேன். அந்த விஷயம்தான் லா பார்ஜை கூரையின் கைப்பிடியில் கொண்டு சென்று நிற்க வைத்திருக்கிறதாம்! உண்மையைச் சொன்னால், மருத்துவர் லூயிஸ் ஆர் சொன்ன வார்த்தைகள் எனக்கு வியப்பளித்தன. பரிசாரகனை தற்கொலை முயற்சியிலிருந்து பின்வாங்கச் செய்வதற்கான வார்த்தைகளை அவர் பேசவில்லை. மாறாக, லா பார்ஜைக் குதிக்கும்படித் தூண்டினார். அதைக் கேட்டபோது நான் மிகவும் அதிர்ந்தேன்.

"ஒரு நிமிடம்" ஆர் சொன்னார், "நானும் கைப்பிடியில் ஏறுகிறேன். பிறகு நாம் ஒன்றாகக் கீழே குதிக்கலாம்."

"என் பக்கத்தில் வராதீர்கள்? தெரிந்ததா?" லா பார்ஜ் கத்தினான். "தந்திரமாக என் பக்கத்தில் வந்து என்னைப் பலவந்தமாகக் கீழே இறக்குவதற்குத்தானே நீங்கள் முயற்சி செய்கிறீர்கள்? அது ஒருபோதும் நடக்காது."

உண்மையில் மருத்துவர் லூயிஸ் அதற்குத்தான் முயல்கிறார் என்றுதான் நானும் நினைத்தேன். ஆயினும் அது எனக்கு அச்சம் ஏற்படுத்தியது. குற்றச் செயல்கள் செய்வதற்கான மனித மனதின் ஆவலை ஒரு வாதமாகப் புரிந்துகொள்ளவும், அவற்றை அதிகாரப்பூர்வமாகப் பகுத்து ஆராயவும் நான் முயன்றிருக்கிறேன். அதற்காக நான் புகழ் பெற்ற மனநோய் மருத்துவர்களையும் சந்தித்துப் பேசியிருக்கிறேன். அவர்கள் யாரும் மருத்துவர் லூயிஸ் ஆர் மேற்கொண்ட நடவடிக்கையைக் கையாளவில்லை என்று எனக்கு உறுதியாகத் தெரியும்.

கைப்பிடியில் நின்ற லா பார்ஜ் சற்று ஆடினான். அவன் உடனடியாகக் குதிக்கும் ஆயத்தத்தில் இருக்கிறான் என்று எங்களுக்குத் தோன்றியது. ஆனால் அவன் குதிக்கவில்லை. அதற்குக் காரணம் மருத்துவர்தான். மருத்துவர் ஆரும் இருபதடி தூரத்தில் கைப்பிடி மீது ஏறி நின்றிருந்தார்.

"நான் ஐந்து எண்ணி முடிக்கும்போது நாம் ஒன்றாகக் கீழே குதிக்கலாம்" என்றார் மருத்துவர்.

"உங்களுக்குப் பைத்தியமா?" என்று லா பார்ஜ் கத்தினான். "வெறும் பைத்தியமான நீங்கள் குதிப்பதால் உங்களுடன் சேர்ந்து நானும் குதிப்பேன் என்று நினைத்தால் உங்களுக்கு மூளை குழம்பிவிட்டது என்றுதான் அர்த்தம்." அவன் தான் சொன்னதை உறுதிப்படுத்துவதற்காகக் கை வீசினான். அந்த நேரத்தில் அவன் நிலை தடுமாறி, கீழே விழுந்திருக்க வேண்டும். ஆயினும் அவன் இரு கைகளையும் ஓங்கி வீசி சமநிலை மீட்டு நின்றான். நிகழ்ச்சி அத்துடன் முடிந்தது என்று சொல்லலாம். சற்று நேரத்திற்குப் பிறகு லா பார்ஜ் கைப்பிடியிலிருந்து கீழே இறங்கினான். தலை குனிந்து முணுமுணுத்து நடந்தான். "எங்கோ கிடந்த ஒருவன் குதிக்கிறான் என்பதற்காக, அவனுடன் சேர்ந்து நானும் குதிப்பேன் என்றா நீங்களெல்லாம் நினைத்தீர்கள்? நான் குதிப்பதற்கான நேரம் வரும்போது, நான் குதிக்கத் தயாராக இருக்கும்போது நான் குதிப்பேன். நான் தனியாகத்தான் குதிப்பேன்." லா பார்ஜ், மருத்துவர்

v

லூயிஸ் ஆரைச் சுட்டிக்காட்டிச் சொன்னான்: "அவருக்கும் இதே நியதி பொருந்தும். எல்லோரும் தனித்தனியாகப் போனால் போதும்."

சற்று நேரத்திற்குப் பிறகு போலீஸ்காரர்கள் வந்தார்கள். அவர்கள் லா பார்ஜை தூக்கி, ஸூரிச்சில் உள்ள மனநோய் மருத்துவமனைக்குக் கொண்டு சென்றார்கள். பரிசோதனைக் காகவும், சிகிச்சைக்காகவும் அவனை அழைத்துச் சென்றார்கள். ஆயினும் பிற்பாடு லா பார்ஜைப் பற்றி எனக்கு எந்த விவரமும் தெரியவில்லை.

மருத்துவர் லூயிஸின் அபாயகரமான செயல் என்னைக் கவர்ந்தது என்றாலும், அது எனக்கு மிகவும் கவலையளித்தது. நிச்சயம் மரணம் சம்பவித்திருக்கக்கூடிய அந்த நேரத்தில் மருத்துவர், எதுவும் வரட்டும் என்ற ரீதியிலான அணுகுமுறையைக் கையாண்டது எனக்கு அதிர்ச்சியளித்தது. அதனால்தான் நான் பிறகு மருத்துவரை நேராகப் பார்த்துப் பேசினேன். லா பார்ஜ் கீழே குதிக்க மாட்டான் என நீங்கள் அவ்வளவு உறுதியாக நம்பியதற்கு என்ன காரணம் என்று நான் அவரிடம் கேட்டேன்.

"அவன் எந்தப் பயமும் இல்லாமல் கைப்பிடியில் நடப்பதை நீங்கள் கவனிக்கவில்லையா?" மருத்துவர் தயக்கமின்றி உடனே பதில் சொன்னார்.

"அது சரிதான்." நான் ஏற்றுக்கொண்டேன்.

"சில சமயம் மனிதனின் உள்ளுணர்வு நேர்மாறான வகையில் செயல்படும். அந்த உள்ளுணர்வில், உயரம் குறித்தான பயம் எந்தளவு ஆதிக்கம் செலுத்தியிருக்கிறது என்று புரிந்து கொள்ளத் தெரிய வேண்டும். உயரமாக இருக்கும் சன்னலின் பக்கத்தி லிருந்தோ, இல்லையென்றால் மிக உயரமாக இருக்கும் மலையின் உச்சியிலிருந்தோ விலக முயலும் மனிதன் உண்மையில், கீழே குதிப்பதற்கான ஆர்வத்திலிருந்து தன்னைக் காப்பாற்றிக்கொள்ளும் செயலையே செய்கிறான். அவனுக்கு உயரங்கள் மீது பயம் இல்லை. மாறாக, தற்கொலை புரிந்துகொள்ளத் தூண்டும் தன் ஆசைகளின் மீதுதான் அவன் அச்சம் கொள்கிறான். அந்த அச்சத்திற்கு அடிமையாகாமல் இருப்பதற்காகத்தான் அவன் விரைவில் பின்னால் விலகினான். லா பார்ஜ் குதிப்பதற்கான முயற்சி மட்டுமே செய்தான், அவ்வளவுதான். குதிப்பதிலிருந்து தன்னை யாராவது பின்வாங்கச் செய்யவேண்டும் என்றும், குதிக்கக் கூடாது

என்று தன்னை யாராவது நம்பச் செய்ய வேண்டும் என்றுதான் லா பார்ஜ் விரும்பினான்."

லா பார்ஜின் மனோநிலையைப் பகுத்தாய்ந்து தெளிவாக்கிய மருத்துவரின் கூற்றை நான் ஏற்றுக்கொண்டேன். அத்தகைய நிகழ்ச்சிகளை நான் கேட்டுமிருக்கிறேன். ஆயினும் லா பார்ஜுடன் கைப்பிடியில் ஏறி நின்றதையும், அவனுடன் கீழே குதிப்பதற்குத் தயார் என்று அறிவித்ததையும் என்னால் செரித்துக் கொள்ள முடியவில்லை. இந்த விஷயத்தை நான் மருத்துவரிடம் சொன்னேன்.

"உங்கள் கணக்கீடுகள் தவறாகப்போயிருந்தால்? லா பார்ஜ் உண்மையில் குதித்திருந்தால்?"

மருத்துவர் புன்னகைத்தார். "என் முடிவுகள் தவறவில்லை அல்லவா? மனநோய் சிகிச்சை ஒரு துல்லியமான அறிவியல் அல்ல. சில சமயம் ஆபத்துக்கான வாய்ப்பை முன்னால் பார்த்துக் கொண்டே சூதாட வேண்டி வரும்."

மருத்துவரின் இந்தக் கருத்தை என்னால் ஏற்றுக்கொள்ள முடியவில்லை. மனோதத்துவ நிபுணர்களில் மனநோய்க்காரர்களும் உண்டு. அவர்களில் விசித்திரமாக நடந்துகொள்பவர்களும் உண்டு. ஆயினும் ஒரு மனநோய் நிபுணன், மனதின் சமநிலையைக் கைவிட்ட ஒரு மனிதனின் உயிரைக்கொண்டு பந்தாட முற்படுவதை நான் அப்போதுதான் பார்க்கிறேன். தவறு ஏற்பட்டிருந்தால் பயங்கரமாக ஒரு முடிவு ஏற்பட்டிருக்கும். தெரிந்தே அப்படி ஒரு செயலில் ஈடுபட்டது எனக்கு வியப்பளித்தது. அப்போது நான், மருத்துவர் லூயிஸ் ஆர் கபடவேடதாரியான ஒரு மனநோய் நிபுணர்தான் என்று முழுமையாக நம்பினேன். ஆனால், அவரது விசித்திரமான நடவடிக்கையையும், அணுகுமுறையையும் தவிர மற்ற ஆதாரங்கள் எதுவும் என்னிடம் இல்லை. இவற்றை மட்டும் வைத்துக்கொண்டு அவரது முகமூடியைக் கிழிக்க முடியாது என்று எனக்குத் தெரியும்.

நான் மறுநாள் காலையில் எல்லோரிடமும் விடைபெற்று ஊருக்குச் செல்ல விமானம் ஏறினேன். கொஞ்ச நாட்களுக்குப் பிறகு ஒரு பத்திரிகையின் மூன்றாம் பக்கத்தில் மருத்துவர் ஆரின் புகைப்படத்தைப் பார்த்தேன். செய்தியைப் படித்தபோது என் முடிவு நூறு சதவிகிதமும் உண்மை என்று அறிந்துகொண்டேன். ஆர் ஒரு மருத்துவர் அல்ல. தான் காசாளராகப் பணி புரியும்

வங்கியிலிருந்து மூன்று லட்சம் டாலர்கள் கவர்ந்தவர் அவர். அன்பான, குறைவாகப் பேசுகிற, உழைப்பார்வமிக்க ஆர், பொதுவாக ஒதுங்கி வாழும் இயல்புடையவராக இருந்தார். அவரிடம் மற்ற கெட்ட குணங்கள் எதுவும் இருக்கவில்லை. பத்து வருட காலம் வங்கியில் வேலை செய்துவந்த ஆரை, எல்லோரும் முழுமையாக நம்பினார்கள்.

எல்லோரும் மதித்த ஆர் என்னும் வங்கிக் காசாளர், கவர்ச்சிகரமான ஒரு மனிதனாக ஆக வேண்டும் என்னும் ஆசையைத் தன் மனதில் போற்றி வளர்த்திருக்கிறார். திறமையான, கெட்டிக்கார மனோதத்துவ நிபுணரின் பாத்திரத்தின் மூலம் அவர், தான் மரண பயமற்று வாழ்க்கையை உல்லாசமாக அனுபவிப்பவன் என்று மற்றவர்களை நம்பச் செய்ய முயன்றார். ஆனால், நாம் வெளியே காணும் அபாரத் துணிச்சலும், உல்லாசத் திளைப்பும் உண்மையில் உள்ளே இருக்காது என்பதற்கான ஆதாரம்தான் மருத்துவர் ஆர்.

இருப்பினும் நான் உங்களிடம் ஒரு விஷயத்தை உறுதியாகச் சொல்ல விரும்புகிறேன். இனி நீங்கள் படிக்கப்போகிற கதைகள் உள்ளும் புறமும் ஒரே போன்றிருப்பவை. எந்த விதமான கதைகள் என்று அறிவிக்கப்படுகின்றனவோ அதுபோன்ற கதைகள்தான் இவையெல்லாம். உயர்ந்த தரத்தில் அமைந்த மிகப் பயங்கரமான துப்பறியும் கதைகள்!

– ஆல்ஃபிரட் ஹிட்ச்காக்

ஆல்ஃபிரட் ஹிட்ச்காக் (1899 - 1980)

தொகுப்பாசிரியர்

ஆல்ஃபிரட் ஹிட்ச்காக் *1899*-ஆம் ஆண்டு ஆகஸ்ட் *13*-ஆம் நாள் லண்டனில் உள்ள லேட்டோஸ்டோனில் பிறந்தார். தந்தை வில்லியம் ஹிட்ச்காக். தாயார் எம்மா ஜேன். அச்சத்தின் அழகைக் கண்டுபிடித்த ஒரே ஒரு திரைப்படக் கலைஞர் என்று ஆல்ஃபிரட் ஹிட்ச்காக் போற்றப்படுகிறார். இவர் தன் இருபதாம் வயதில் திரைத்துறைக்கு வந்தார். ஹிட்ச்காக் திரைப்படத்தின் ஒரு மொழியைக் கண்டுபிடித்தது 'லாட்ஜர்' என்னும் படத்தின் மூலமாகத்தான். முதலாவது ஹிட்ச்காக் படம் "தி லாட்ஜர்" என்று அவரே தெரிவித்திருக்கிறார். பிரிட்டிஷ் திரைப்படத்தின் முதலாவது பேசும்படமாக 'பிளாக் மெயில்' தான் *(1929)* ஹிட்ச்காக்கை மர்மப்படப் பாதையில் திருப்பியது. அவர் இயக்கிய மிகவும் நல்ல பிரிட்டிஷ் படம் '*39* படிகள்' *(1935)*. *1938*-ஆம் ஆண்டில் தயாரித்த 'லேடி வானிஷஸ்' என்னும் படத்திற்கு அந்த வருடத்தின் மிகச் சிறந்த படத்திற்கான 'நியூயார்க் கிரிட்டிக் அவார்ட்' கிடைத்தது. பிறகு 'ரெபேக்கா' *(1940)* என்னும் படத்திற்கு அந்த வருட ஆஸ்கர் விருது கிடைத்தது. *1948*-ஆம் ஆண்டு அவர் சொந்தமாகத் தயாரித்து இயக்கிய படம்தான் 'தி ரோப்'. ஹிட்ச்காக்கின் முதலாவது வண்ணப்படமும் இதுதான்.

1955-ஆம் ஆண்டு ஹிட்ச்காக் அமெரிக்கக் குடியுரிமை பெற்றார். தன் திரைப்படத்தின் ஏதாவது ஒரு இடத்தில் சில நிமிட நேரமாவது அவர் தோன்றுவது ஹிட்ச்காக் படங்களின் ஒரு பிரத்தியேகத் தன்மையாகும். அதுபோல அச்சம் தரும் திகில் கதைகளைத் தேர்ந்தெடுப்பதும் அவர் கலைச் செயல்பாடுகளின் ஒரு பகுதியாக இருந்தது. புகழ் பெற்ற ஹிட்ச்காக் கதைகள், உலகமெங்குமுள்ள துப்பறியும் மர்மக் கதை வாசகர்களுக்கு ஒரு வரம்போல இன்றும் நிலைத்திருக்கின்றன. ஹிட்ச்காக் தேர்ந்தெடுத்த கதைகள் உலகின் பல மொழிகளில் பெயர்க்கப்பட்டுள்ளன. *1980*-ஆம் ஆண்டு ஏப்ரல் *29*-ஆம் நாள் அவர் மறைந்தார்.

பொருளடக்கம்

1. நேரடி சாட்சி - ப்ளெச்சர் ப்ளோரா — 1
2. பதினான்காவது அறை - தல்மக் பவ்வல் — 16
3. கறுப்புத் தொப்பி - மேரி. இ. நட் — 34
4. வங்கிக் கொள்ளை - ரிச்சாட் டெமிங் — 52
5. கால எந்திரம் - ஜாக் ரிச்சி — 92
6. விலங்குப் பயிற்சியாளர் - ஜான் லூத்ஸ் — 98
7. மரண மணி - ராபர்ட் கோல்வி — 111

1. நேரடி சாட்சி

- ப்ளெச்சர் ப்ளோரா

அந்தச் சிறிய அலமாரி, பிரதான கூடத்திலிருந்து இரண்டாவது மாடிக்குச் செல்கிற படிக்கட்டுகளின் அடியில் இருந்தது. பிரான்சிஸ் எதெரிட்ஜ் அந்த அலமாரிக்குள் இருந்தான். அவன் மற்றும் அவன் அப்பா அம்மாவைக் கொண்டதுதான் அவன் குடும்ப'ம். இரண்டாவது மாடியில் உள்ள வாடகை வீட்டில்தான் அவர்கள் வசித்து வந்தார்கள். நினைவு தெரிந்த காலம் முதல் பிரான்சிஸ், அப்பா அம்மாவுடன் வாடகை வீடுகளில்தான் வசித்திருந்தான். எப்போதும் ஒரே மாதிரி பழையதான, அசிங்கமான வீடுகளில். அவன் பார்த்ததெல்லாம் வீட்டிற்குப் பொருந்தாத நாற்காலி, கட்டில், மேசைபோன்ற பொருட்களைத்தான். அந்நியர்களைப்போல அந்தப் பொருட்களும் அவர்களுடன் அறைகளில் வசித்துவந்தன. எல்லா வீடுகளையும் தற்காலிக காத்திருக்கும் இடங்களாகத்தான் அவன் பார்த்தான். பொருத்தமான மற்றொரு கட்டடத்தை திரு.எதெரிட்ஜ் கண்டுபிடிப்பதுவரை தலை சாய்ப்பதற்கான ஒரு குடில். பிரான்சிஸின் வீடுகள் அப்படிப்பட்டவையாக இருந்தன. பிரான்சிஸ் புரிந்துகொண்டவரை எல்லா வீடுகளும் ஒன்றுபோலவே இருந்தன. பல இடங்களில், பல வயதுடைய, அறைகள் அதிகமாக உள்ள, குறைவாக உள்ள, பல தளங்கள் உள்ள... அப்படி ஒன்றுக்கொன்று

மிக வித்தியாசமான வீடுகளில் தான் பிரான்சிஸின் குடும்பம் வசித்திருந்தது. என்றாலும் பிரான்சிஸுக்கு சுவாரஸ்யமான ஒரு உண்மை எப்போதும் சிரிப்பூட்டுவதாயிருந்தது. வித்தியாசமான இடங்களில் உள்ள வீடுகளாக இருந்தாலும் அவற்றிலெல்லாம் அறியப்படாத ஒரு பொதுத் தன்மையை அவனால் பார்க்க முடிந்தது. அது அவனுக்கு மகிழ்ச்சியளிக்காதிருக்கவில்லை. அந்தப் பொதுத் தன்மை, வித்தியாசங்களையெல்லாம் முக்கியமற்ற தாக்கியது. இதுவரை வாழ்ந்த எந்த வீட்டைப் பற்றியும் அவனுக்குத் தெளிவான நினைவுகள் இல்லை. அந்த வீடுகளில் அவன் ஒருபோதும் மகிழ்ச்சியாக இருந்ததில்லை.

அவன் படிக்கட்டுகளின் கீழே உள்ள சிறிய அலமாரியில் அமர்ந்திருப்பதற்கான காரணம் இப்போது உங்களுக்குப் புரிந்திருக்கும். எவ்வளவு அசிங்கமான வீடாக இருந்தாலும், எவ்வளவு துயரம் தேங்கி நிற்கும் சூழ்நிலையானாலும், அத்தகைய வீடுகளில் ஒரு பிரத்தியேக இடம் இருக்கும். சிறிய ஒரு மூலை. ஒரு அலமாரி. இல்லையென்றால் ஒரு மச்சு. ரகசியமாக, தனியாக, நிம்மதியாக இருப்பதற்கேற்ற ஒரு பாதுகாப்பான இடம். பிரான்சிஸ் இப்போது அமர்ந்திருப்பதுபோல நீங்களும் அங்கே இருக்கலாம். அங்கே அமர்ந்து, அமைதியாக கண்ணை மூடிக்கொண்டு கற்பனை உலகத்தில் நீங்கள் வசிக்கலாம். யாராவது பக்கத்தில் வந்தால் அமைதியாக இருக்க வேண்டும். யாராவது உங்களை அழைத்தால் அதற்குப் பதில் சொல்லாதிருக்க வேண்டும். அலமாரிக்குள் மிகவும் இருட்டாக இருந்தது. பிரான்சிஸ் அலமாரியின் கதவைச் சற்று திறந்து வைத்திருந்தான். அந்தப் பிளவின் வழியாக ஒரு வெளிச்சக் கீற்று அலமாரிக்குள் எட்டிப் பார்த்தது. அவனுக்கு இருட்டு பிடித்திருந்தது. இருட்டில் இருப்பதை மகிழ்ச்சியளிக்கும் ஒரு அனுபவமாகத்தான் நினைத்திருந்தான் என்றாலும், கும்மென்ற கடும் இருட்டு அவனுக்குப் பிடிக்கவில்லை. அது அவனுக்கு அச்சமூட்டியது. அமர்ந்திருக்கும் இடத்திலிருந்து பிளவின் வழியாகப் பார்த்தால் அகலம் குறைந்த படிக்கட்டும், அந்தப் படிக்கட்டு முடியும் இடமும் அவனுக்குத் தெரிந்தது.

மேலே உள்ள கூடத்தின் மேல் பகுதி நிழல் மூடிக் கிடந்தது. ஆனால் படிக்கட்டுகள் முடிகிற இரண்டாம் மாடியில் ஒன்றரை அடி அகலமுள்ள இடத்தை மூடுபனிபோல் மூடியிருந்தது வெளிச்சம். பிரான்சிஸ் அந்த ஒளியையே கவனித்துப் பார்த்துக்கொண்டிருந்தான். அதற்கு ஒரு பிரத்தியேகத் தன்மை

இருப்பதாக அவனுக்குத் தோன்றியது, சுவாரஸ்யமான ஒரு அனுபவம்போல. அதில் கவனம் பதித்திருந்ததால்தான் பிரான்சிஸ் அந்தக் கால்களைப் பார்த்தான். ஒளி கிடந்த இடத்தில் திடீரென்று அந்தக் கால்கள் வந்து நின்றன. மெல்லிய வெளிச்சத்தில் கண்ட அந்தக் காட்சி பட்டென்று, பீதியளிக்கும் ஒரு நகைச்சுவை நாடகமாக மாறத் தொடங்கியது. சித்தம் பிறழ்ந்த ஒருவனின் விகாரமான தாமஷ்போல, நிழலில் மறைந்திருந்த உருவத்துடன் எந்தவொரு தொடர்பும் இல்லாததுபோல அந்தக் கால்கள் அங்கே தோன்றி நின்றன. அவை இரண்டும் ஒரு பெண்ணின் மெலிந்த அசிங்கமான கால்களாக இருந்தன. அவற்றின் அழகற்ற தன்மைதான் அந்தக் காட்சிக்கு மேலும் ஹாஸ்யச் சுவையளித்தது. அதைப் பார்த்தபோது பிரான்சிஸுக்குச் சிரிப்புத்தான் வந்தது. சத்தம் வெளியே கேட்டுவிடுமே என்று நினைத்து அவன் கையால் வாயைப் பொத்திக்கொண்டான்.

ஆனால் பிரான்சிஸ் உண்மையில் சிரிக்கவில்லை. அவன் சிரிப்பதற்கு முன்பே சட்டென்று காட்சி மாறியது. முதலில் கண்ட கால்களுக்குப் பின்னால் திடீரென்று இன்னொரு ஜோடிக் கால்கள் தோன்றின. ஒரு நொடி முன்புவரை ஒரு ஜோடிக் கால்கள் நின்றிருந்த இடத்தில், திடீரென்று இதோ, இரண்டு ஜோடிக் கால்கள். முன்னால் இருந்த கால்களுக்கு, பின்னால் மற்றொரு ஜோடிக் கால்கள் வந்த விவரம் தெரிந்திருக்காது என்று அவனுக்கு உடனடியாகத் தோன்றியது. அப்போது பிரான்சிஸ் தெய்வீகமான ஒரு கட்டளை கிடைத்ததைப்போல தன் சந்தேகம் உண்மைதா னென்று நினைத்தான்.

எங்கும் கனத்த அமைதி தேங்கியிருந்தது. பிரகாசத்தின் மூடுபனியில் நான்கு கால்கள், இருண்ட அலமாரியின் வழியே பிரான்சிஸின் இரண்டு கண்கள். திடீரென்று முன்னால் நின்ற பெண்ணின் கால்கள் ஓசையெழுப்பின:

“பிரான்சிஸ்!” கால்கள் உரக்கக் கேட்டன.

“நீ எங்கேயிருக்கிறாய் பிரான்சிஸ்?”

பிரான்சிஸ் பதில் சொல்லவில்லை. தன்னைக் கண்டு பிடித்துவிடுவார்கள் என்று உறுதியாகத் தெரிந்தால் மட்டும்தான் பிரான்சிஸ் அழைப்பை ஏற்பான். மேலே அசைவற்று நின்று கொண்டிருந்த கால்கள் திடீரென்று அமைதியாயின. சில நொடிகள் கடந்தவுடன் புகார் சொல்வதுபோன்ற ரீதியில் மீண்டும் அந்தக்

குரல் எழுந்தது. அந்தக் குரல் தேடியது பிரான்சிஸை அல்ல. பிறகு மற்ற எவரையும் அல்ல. தன்னைத்தானே கேட்டுக் கொண்டது என்று சொல்வதுதான் ஏறத்தாழச் சரியாக இருக்கும்.

"எங்கே போயிருப்பான் பையன்? எனக்குத் தேவைப்படும்போது அவனைப் பார்க்க முடிவதில்லை. இனி ஆஸ்பிரின் மாத்திரை எடுப்பதற்கு நான்தான் கீழே போக வேண்டும்போல,"

முன்னால் இருந்த கால்கள் பிரான்சிஸின் அம்மாவுடையவை. பின்னால் இருந்த கால்கள் அவன் அப்பாவுடையவை. அவன் அம்மாவுக்கு எப்போதும் ஆஸ்பிரின் சாப்பிடுவதுதான் வேலை. ஆனால் அத்தியாவசியமான மாத்திரைகள் சாப்பிட வேண்டிய சூழ்நிலையில் அவற்றை அருகிலேயே ஒரு இடத்தில் வைத்திருப்பதுதான் நல்லது என்று அவள் யோசிக்கவில்லை. தலைவலி ஏற்படும்போது அவள் ஓரிடத்தில் இருப்பாள்; மாத்திரைகள் வேறொரு இடத்தில் இருக்கும். அடிக்கடி ஒற்றைத் தலைவலி ஏற்படுவதால், அவள் மெலிந்து ஒரு நோயாளியாக இருந்தாள்.

அவன் அம்மாவின் கால்கள் உடனே கீழே இறங்கி வரவில்லை. அவை அசையவில்லை. திரு. எதெரிட்ஜின் கால்களும் அசைய வில்லை. ஓசையோ, அசைவோ இல்லாத ஒரு நிலையில் அந்த நான்கு கால்களும் அப்படியே நின்றிருந்தன. ஒரு நகைச்சுவைக் காட்சியைப்போலத் திடீரென்று பிரான்சிஸின் அம்மாவின் கால்கள் மேலே பறந்தன. சில நொடிகளுக்குப் பிறகு அவளின் முழு உடலும் கீழே பறந்து விழுவதை, கதவின் இடைவெளியினூடே அவன் பார்த்தான். அவள் தானாகவே கீழே கரணமடித்தது போல்தான் அவனுக்குத் தோன்றியது. விசித்திரமான அந்த நகைச்சுவைக் காட்சி, நனைந்த துணி கீழே வீழ்ந்ததுபோன்ற ஓசையுடன் முடிந்தது. சுவாசத்தை அடக்கிக் கொண்டிருந்த பிரான்சிஸ், நெடிய பெருமூச்சு விட்டு மெல்ல சுவாசிக்கத் தொடங்கினான். தான் சம்மணமிட்டு அமர்ந்திருக்கும் நிலையி லிருந்து பிரான்சிஸ் மாறவில்லை. அவன் கண்கள் கதவின் இடைவெளியினூடே வெளியே பார்த்துக்கொண்டிருந்தன. அவன் அப்பாவின் கால்கள் உறுதியான அடி வைப்புகளுடன் கீழே இறங்கத் தொடங்கின. ஒவ்வொரு சுவடு இறங்கும் போதும் பிரான்சிஸால், தன் அப்பாவின் உருவத்தை மேலும் தெளிவாகக் காண முடிந்தது. கடைசியில் அந்த உருவம் முழுமையாக, அந்தக் கதவுப் பிளவில் தெளிவாகத் தெரிந்தது. அவன் அப்பாவின் முகம்

பாறைபோன்று இறுகியிருந்தது. அவரது கையில் பாரமான சிறியதொரு மரக் கட்டையோ, கறுப்பான இரும்போ தொங்கிக் கொண்டிருந்தது. சற்று நேரத்திற்குப் பிறகு அந்த உருவம் கீழே இறங்கி அவன் பார்வையிலிருந்து மறைந்தது. அப்பாவின் அடிவைப்புகளை பிரான்சிஸ் கவனித்துக் கொண்டிருந்தான். அடிவைப்புகள் பட்டென்று நின்றன. அதே நொடியிலேயே யாரோ வலியுடன் கத்துகிற சத்தம் கேட்டது. அதைத் தொடர்ந்து மீண்டும் ஒரு சத்தம் கேட்டது. பிறகு எல்லாம் அமைதியானது.

பிரான்சிஸ், கதவின் இடைவெளியிலிருந்து பார்வையை விலக்கிக்கொண்டு, தலையைச் சாய்வாக வைத்து சிரத்தையுடன் செவிமடுக்க முயன்றான். வெளியே கூடத்தில் அடுத்து என்ன நடக்கிறது என்று கேட்பதற்குத்தான் அவன் முயன்றுகொண்டிருந்தான். சற்று நேரத்திற்குப் பிறகு கூடத்தின் வழியே அப்பா நடந்து செல்லும் ஓசையைக் கேட்டான். அந்த ஓசை கட்டடத்தின் பின்புறத்திற்குச் செல்வதை அவன் கேட்டபோது, அப்பா நடந்து அகல்கிறார் என்று பிரான்சிஸ் அறிந்தான். நொடிகளுக்குப் பிறகு அவன் பழக்கமான ஒரு ஒலியைக் கேட்டான். தொலைபேசியில் எண்களைச் சுழற்றும் சத்தம். தொலைபேசியில் அப்பா ஒரு மருத்துவரின் பெயரைச் சொன்னார். தொலைபேசி படிக் கட்டுகளின் பின்னால் இருந்தது. அப்பா அங்கே நின்று கொண்டு தன்னைப் பார்க்க முடியாது என்று பிரான்சிஸுக்கு உறுதியாகத் தெரிந்தது. தனிமையையும், அமைதியையும் காப்பாற்ற தானே கற்று அறிவு பெற்றிருந்த பிரான்சிஸ், மெல்ல எழுந்து நிமிர்ந்து நின்றான். எந்த ஓசையும் எழுப்பாமல் அலமாரியின் கதவைத் திறந்து முன்புறக் கூடத்திற்கு வந்தான். பிறகு வரவேற்பறை, அதன் வழியே உணவு அறை, பிறகு சமையலறை, எல்லாமும் கடந்து அவன் கொல்லைப்புற வாசலுக்கு வந்தான். அங்கே ஒரு பெரிய மல்பெரி மரம் இருந்தது. அதன் கிளைகள் பின்னால் உள்ள சந்தில் சாய்ந்து நின்றிருந்தன. யாராலும் கவனிக்கப்படாமல் வளர்ந்து படர்ந்திருந்தது மல்பெரி. அதன் காய்கள், புழுக்களின் தொந்தரவு இல்லாமல் பழுத்துப் பெரியதாகி நல்ல கடும் சிவப்பு நிறத்தில் தொங்கிக்கொண்டிருக்கும். பிரான்சிஸ் பலமுறை அந்த மரத்தில் ஏறி அமர்ந்து பழங்கள் பறித்துத் தின்றிருக்கிறான். வெகுநேரம் அந்த மரக்கிளைகளில் அமர்ந்துகொண்டு யதார்த்தமும், யதார்த்த மற்றதுமான பலவற்றைக் குறித்துச் சிந்திப்பான். கொல்லைப் புறத்திற்கு வந்த பிரான்சிஸ் வழக்கம்போல அந்த மரத்தில் ஏறி

வலுவான கிளையில் சாய்ந்தமர்ந்தான். இடையிடையே மல்பெரிப் பழம் தின்றபடி சிந்தித்தான்:

"அப்பா, அம்மாவை எதற்காகக் கொன்றார்?"

அவன் அம்மாவின் சவ அடக்கத்திற்கு முந்தைய நாட்கள் துக்கத்தில் ஆழ்ந்திருந்தன. அசிங்கமான அந்த வாடகை வீடு உற்றார் உறவினர்களால் நிறைந்தது. மாமாவும், பிள்ளைகளும் உண்டு உறங்க பிரான்சிஸ் தன் அறையைக் கொடுக்க நேர்ந்தது. தனித்திருப்பதற்கான ஒரு இடம் அந்த வீட்டில் இல்லையென்றானது. படிக்கட்டின் கீழே உள்ள அந்த அலமாரியும் பாதுகாப்பான இடம் அல்லாதாகிவிட்டது. அங்கே அமர்ந்து கற்பனையில் கனவுகளை நெய்துகொண்டிருப்பதற்கான வாய்ப்புகள் கிடைக்காதுபோயின. உறவினர்களின் பிள்ளைகள் மல்பெரி மரத்தைக் கைப்பற்றினார்கள். மிகவும் குறைந்த வயதுடைய பிள்ளைகள். சோகம் நிறைந்த சூழ்நிலையில், சரியான தன்மையில் நடந்துகொள்வதற்கான பக்குவமும் விவேகமும் பெற்றிராத இரண்டு பிள்ளைகள்.

பிரான்சிஸுக்கும் குறிப்பாக பெரிய துயரம் ஒன்றும் தோன்றவில்லை. ஏதாவது மூலையில் வெகு நேரம் தனித்திருந்து, அப்பா, அம்மாவைக் கொன்றதற்கான காரணங்களை ஆராயத் தொடங்கினான். அதுதான் அவன் மனதைக் குடைந்து கொண்டிருந்தது. அப்பா, அம்மாவைப் படிக்கட்டின் மேலிருந்து கீழே தள்ளினார் என்பது உறுதிதான். அதன் பிறகு பாரமான மரக்கட்டையாலோ, இரும்புத் தடியாலோ அவளை அடிக்கவும் செய்தார். அவர் ஏன் அப்படிச் செய்தார் என்று பிரான்சிஸுக்குத் தெரியவில்லை. அம்மா, பாவமான ஒரு பெண். அதே நேரம் கொடூரமானவள். ஆனால் அந்தக் கொடூரத் தன்மை மான சீகமாகத்தான் இருந்தது. அவளுடையதேயான பாணியில் அவள் கருணையுடையவளாக இருந்தாள். கருணையின் தேவையைக் கிரகிப்பதற்கான திறமையும் அவளிடமிருந்தது. அன்பு நிறைந்த ஒரு சூழ்நிலையை கட்டிச் சமைக்க அவளால் முடியவில்லை என்றாலும், வெறுப்பு நிறைந்த ஒரு சூழ்நிலையை அவள் உருவாக்கியதுமில்லை. ஆகமொத்தம் அவள் இயல்பு, நன்மையும், தீமையும் இல்லாத ஒரு இயல்பாக இருந்தது. ஆண்கள் பெண்களைக் கொல்வதற்குப் பல காரணங்கள் உண்டு. ஒன்று மற்ற பெண்கள். அல்லது மற்றொரு பெண். தன் அப்பாவைப் பொறுத்தவரை அது உண்மையென்று பிரான்சிஸுக்கு ஒருபோதும்

தோன்றியதில்லை. தன் அப்பா இளமையாக இருந்தாலும் அவளுக்குப் பெண்களின் மீது பிரத்தியேகமான ஆர்வங்கள் எப்போதும் ஏற்பட்டதில்லையென்று அவனுக்கு அந்தக் காலத்திலிருந்தே பூடகமாகத் தெரிந்திருந்தது. தன் மனைவி மீதுகூட அப்பாவுக்குப் பெரிய ஈடுபாடு இருந்ததாக அவனுக்கு நினைவில்லை. உண்மையைச் சொன்னால் பிரான்சிஸின் அப்பா, ஆசாரங்களில் ஆழ்ந்த நம்பிக்கை கொண்ட, முரட்டு சுபாவமுடைய ஒருவராக இருந்தார். ஒன்றுக்கும் இசைந்து வராத போக்கு. அவருக்குப் புகைப் பழக்கமோ, மதுப் பழக்கமோ இல்லை. கட்டாயம் தெளிவாகவும் சரியாகவும் பேச வேண்டும் என்ற கருத்துடையவர். உணவுக்கு முன்பு கடவுளுக்கு நன்றி சொல்லும் பழக்கத்தைக் கடைப்பிடிப்பவர். சம காலத்தவர்களின் துர்நடத்தைகளைக் கடுமையாக விமர்சித்த அவர் பழைய ஆட்களின் பணிவையும் அடக்கத்தையும் கை முதலாகப் பாதுகாத்தார். அம்மாவும் அப்பாவும் எப்படி ஒரு திருமண உறவில் இணைந்தார்கள் என்பதுதான் பிரான்சிஸுக்குச் சிந்திக்கச் சிந்திக்க வியப்பான விஷயமாக இருந்தது. திருமணம் முடிந்த பிறகு அவர்கள் எப்படி இவ்வளவு நாள் ஒன்றாக இருந்தார்கள் என்ற விஷயமும் வியப்பளித்தது. பரஸ்பரமான அன்புறவுதான் அவர்களைப் பிணைந்திருக்கிறது என்று நம்ப அவன் தயாராக இல்லை. அறிந்தே தெளிவான ஈடுபாட்டுடன், இல்லையென்றால் பரஸ்பரம் ஏற்பட்ட உணர்ச்சிக்கு அடிமைப்பட்டு அவர்கள் ஒன்றிணைந்தார்கள் என்றும், அவ்வாறு ஒரு குழந்தைக்குப் பிறப்பளித்தார்கள் என்றும் கருதுவதற்கு அவனுக்குச் சிரமமாக இருந்தது. பிரான்சிஸ் அதை, பொது நீதிக்குப் பொருந்தாத, ஒரு நம்ப முடியாத விவகாரமாகத்தான் பார்த்தான். இவ்வளவு தெளிவாக, ஆழமாக பிரான்சிஸ் சிந்தித்தான் என்று உரிமை கோரவில்லை. ஆனால் அவன் அதைக் குறித்து பிரக்ஞை கொண்டிருந்தான்.

பிரான்சிஸ், மூலையில் அமர்ந்து மற்ற விஷயங்களைக் குறித்துச் சிந்தித்தான். ஆண்கள், பொருள் வரவுக்காகப் பெண்களைக் கொல்வதுண்டு என்று நினைத்துப் பார்த்தான். பணத்தையோ, பெண்ணிடமுள்ள விலை மதிப்புடைய பொருளையோ சொந்தமாக்கிக்கொள்வதற்காக ஆண்கள் பெண்களைக் கொல்வதுண்டு. அன்பின் காரணத்தாலோ, அல்லது வெறுப்பின் காரணத்தாலோதான் அம்மாவைக் கொன்றிருக்கக்கூடும் என்று

கருதுவதைவிட, சற்று அதிக அவநம்பிக்கையோடுதான் பிரான்சிஸ், பொருள் வரவு என்ற காரணத்தைப் பார்த்தான். அவன் அம்மா எந்தளவு உடலிலும் ஆன்மாவிலும் வறியவளாக இருந்தாளோ, அந்தளவு சொத்து பத்துகளிலும் வறியவளாக இருந்தாள். அவளது சவ அடக்கத்திற்கும், உறவினர்களுக்கு இரண்டு மூன்று நாட்கள் உணவிட்டு உபசரிப்பதற்குமான செலவுத் தொகையைத் தவிர வேறு எதையும் அவள் பிரான்சிஸின் அப்பாவுக்குச் சேர்த்து வைக்க வில்லை. உண்மையில், அவளைக் கொலை செய்ததால் ஏதேனும் லாபம் ஏற்பட்டதா என்று தெரியவில்லை. அவளது கொலைக்குப் பின்னால் குறிப்பிட்ட ஒரு காரணம் இருப்பதாகவும் அவனுக்குத் தோன்றவில்லை.

எந்தவொரு காரணமும் இல்லாமல், கைப்பற்றுவதற்கு எந்தக் குறிப்பிட்ட லாபமும் இல்லாமல் எதற்கு அப்பா இந்தக் கொலையைச் செய்தார்? பிரான்சிஸின் மனதில் அது ஒரு மர்ம ரகசியமாக மிச்சமிருந்தது. அதை நினைத்துப் பார்க்கும் போதெல்லாம், அவன் மனதில் துயரத்தைவிட அதிகமாக ஆச்சரியம்தான் நிறையும்.

சவ அடக்கம் முடிந்தபோதுதான் நிம்மதியாக இருந்தது. பிணவறையோடு சேர்ந்தமைந்திருக்கும் தேவாலயத்தில் நடந்தது. அப்பாவுடன் பிரான்சிஸும், சாம்பல் நிறத் திரைச்சீலைகள் தொங்கவிடப்பட்டிருந்த அந்தத் தேவாலயத்தின் குளிர்ந்த சூழலைப் பகிர்ந்துகொண்டான். சிவப்பு மற்றும் வெண்மலர்கள் தூவப்பட்டிருந்த சவப்பெட்டி, தேவாலயத்தின் மறுபுறம் இருப்பதை அவனால் பார்க்க முடிந்தது. பார்வையை இன்னும் சற்று தொலைவே செலுத்தினால் எதிர்புறத்தில் உள்ள சன்னலும், அதனூடே கடந்துவரும் ஒளித் தாரைகள் கண்ணாடியில் பல நிறங்களை வரைவதும் அவனுக்குத் தெரிந்தது. நீண்ட நேரம் அவன் அந்தக் கண்ணாடி பதித்த சன்னலையே பார்த்துக் கொண்டிருந்தான். ஆயினும் அவன் ஓரக் கண்ணால் அடிக்கடி அப்பாவைப் பார்த்துக்கொண்டிருந்தான். மற்றொருவருடன் பங்கிடுவதற்குத் தயாரல்லாத அந்த ரகசியத்தின் மூடி, அங்கு திடீரென்று திறக்கப்படுமோ என்று பிரான்சிஸ் சந்தேகித்தான். அப்பாவின் முகத்தைப் பார்த்துக்கொண்டிருந்த அவன், நொடி நேரமே நிலைக்கும் ஒரு நிர்வாணமான உணர்ச்சி வெளிப்பாட்டின் வாயிலாக, அந்த உண்மை வெளியே வருமென்று எதிர்பார்த்தான். ஆனால் அப்பாவின் மனதில் அப்படியொரு மனோபாவம்

இருந்தாலும்கூட அவர் முகத்தில் அது வெளிப்படவில்லை. ஒருக்கால், பிரான்சிஸ் பார்க்காதிருந்த சந்தர்ப்பத்தில், அந்த உணர்ச்சி வெளிப்பட்டிருக்கலாம். எப்படியாயினும் அப்பா, கல்லில் வடித்த சிலைபோல சூன்ய விழிகளால் முன்னே பார்த்துக்கொண்டிருந்தார்.

தேவாலயச் சடங்குகள் முடிந்ததும் அடுத்து வந்தது மயானச் சடங்குகள். அப்பாவுடன் பிரான்சிஸ், பிணவறைக்காரர்கள் கொடுத்த கறுப்புக் காரில் ஏறி மயானத்திற்குச் சென்றான். மயானத்தின் ஒரு மூலையில் அம்மாவைப் புதைக்க வேண்டிய இடத்தில் பெரிய பள்ளம் தோண்டப்பட்டிருந்தது. அதற்கு அந்தப் பக்கம் முழுதும் புல் மேடுகள்தான். அந்தப் புற்கள் சூரிய வெளிச்சத்தில் தவிட்டு நிறமாக ஒளிர்ந்தன. புல் மேடு கீழே இறங்கி ஒரு நதிக் கரையில் முடிந்தது. நதிக் கரையில் பாப்ளார் மரங்களும், ஓக் மரங்களும் வளர்ந்திருந்தன. புனிதச் சடங்குகள் நடந்துகொண்டிருந்தன. மேலே ஒரு காகம் சோம்பலாகச் சுற்றிப் பறந்து “கா...கா...கா...” என்று கத்திக் கொண்டிருந்தது. பிரான்சிஸ் மரங்களைப் பார்த்துக் கொண்டு, காகத்தின் குரலைக் கேட்டபடி அங்கே நின்றிருந்தான்.

மயானச் சடங்குகள் மிகவும் சுருக்கமாக நடைபெற்றன. முடிந்தவுடன் எல்லோரும் அவரவர் வழியில் பிரிந்து சென்றார்கள். பிரான்சிஸ் அப்பாவுடன் காரில் வீடு திரும்பினான். உற்றார் உறவினர்கள் விரைந்து விடைபெற்றுப் பிரியும் அவசரத்திலிருந் தார்கள். அசிங்கமான அந்தப் பழைய வீடு முன்பு போலவே சூன்யமாகத் தொடங்கியது. பொழுது இருட்டியபோது ஏறக்குறைய வீடு வெறுமையானது. பிரான்சிஸும் அவன் அப்பாவும், டெட் மாமாவும் மட்டுமே வீட்டில் மிச்சமிருந்தார்கள். மாமாவுக்குக் காலையில்தான் ரயில். மற்றவர்கள் எல்லாம் சென்றுவிட்ட பிறகு அம்மாவின் அண்ணனான டெட் மாமாவும், அப்பாவும் பிரதான அறையிலிருந்து பேசத் தொடங்கினார்கள். அவர்களுக்குப் பின்னால் ஒரு பெரிய நாற்காலியில் பிரான்சிஸ் அமர்ந்திருந்தான். அவர்கள் பிரான்சிஸைக் கவனிக்கவில்லை.

பிரான்சிஸ், சன்னல் வழியாக வெளியே பார்த்தவாறு, அவர்கள் சொல்வதையெல்லாம் கேட்டுக்கொண்டிருந்தான்.

“லூதர்” டெட் மாமா சொல்ல ஆரம்பித்தார். “இந்த விஷயத்தை முன்பே பேச வேண்டும் என்று நான் சற்றும் விரும்பியதில்லை. ஆனால், இந்த விஷயத்தில் நீங்கள் ஏதாவது நடவடிக்கை எடுக்கவில்லை என்றால், உங்களை ஒரு

முட்டாளாகத்தான் நினைப்பேன். இதை மட்டும்தான் என்னால் சொல்ல முடியும்."

"நான் நிச்சயமாக நடவடிக்கை எடுப்பேன்." திரு. எதெரிட்ஜ் உறுதியளித்தார்.

"சவ அடக்கமெல்லாம் முடிந்துவிட்டதல்லவா. உங்கள் இடத்தில் நான் இருந்தால் உடனே வக்கீலைப் பார்ப்பேன்."

"நாளை வக்கீலுடன் ஒரு சந்திப்புக்கு ஏற்பாடு செய்திருக்கிறேன் டெட்."

"நல்லது. என் கருத்துப்படி உங்கள் வழக்கு ஒரு நல்ல வழக்குதான். எப்படியானாலும் வீட்டு உரிமையாளருக்குப் பொறுப்பு இல்லாமல் போகாது. அதைக் கொடுப்பதற்கான காப்பீடும் அவரிடம் இருக்கும்."

"நிச்சயமாக. அவருக்கு நிறைய வாடகை வீடுகள் உண்டு. காப்பீடு எடுக்காதிருப்பதற்கு வாய்ப்பில்லை."

"காப்பீடு இருந்தால் வழக்கை சமரசமாகப் பேசி முடிப்பது சுலபம். அல்லது, அப்புறம் வழக்கு நீதிமன்றத்திற்கு வந்தாலும், பெரிய முதலாளிகளுக்குத் தண்டனையளிப்பதில் நீதிபதி ஒருபோதும் பின்வாங்குவதில்லை."

"நீதிமன்றத்திற்குச் செல்லாமலேயே பேசித் தீர்த்துக்கொள்ள முடியும் என்றுதான் நான் எதிர்பார்க்கிறேன்."

"அதற்குச் சாத்தியம் இல்லாமலில்லை. எப்படியானாலும் உங்கள் மனைவி இறந்துவிட்டாள். அவளது சவ அடக்கமும் முடிந்துவிட்டது. அதனால் ஒரு சிறிய தொகைக்குச் சம்மதித்து விடாதீர்கள்."

"அவள் போய்விட்டாள். அதை நான் ஒருபோதும் மறக்க மாட்டேன். அதனால் சமரசமாக முடித்துக்கொள்வதென்றால் அது மிகவும் திருப்திகரமாக இருக்க வேண்டும்."

"வீட்டு உரிமையாளருக்குத்தான் பொறுப்பு இருக்கிறது என்பதை நிரூபிப்பதில் எந்த சிரமமுமில்லை. அவர்தான் கடமைப்பட்டவர். உண்மையைச் சொன்னால் விஷயம் மிகவும் கொடூரமாகப் போய்விட்டது. படிக்கட்டின் மேலே உள்ள அந்த உடைந்த பலகையை முன்னரே மாற்றிச் சரி செய்திருக்க வேண்டும். அது வீட்டு உரிமையாளரின் கடமை. தேவையான நேரத்தில்

அவ்வகையான மராமத்து வேலைகளைச் செய்ய வேண்டியது வீட்டு உரிமையாளர்கள்தான்." டெட் சுட்டிக் காட்டினார்.

தன் அப்பா, அம்மாவைத் தள்ளிவிட்டதன் ரகசியம் இப்போதுதான் பிரான்சிஸுக்குப் புரிந்தது. இனி அதைப் பற்றி யோசித்து வியப்படையவேண்டிய அவசியமில்லை என்று தெளிவடைந்தான். காப்பீட்டு நிறுவனத்திலிருந்து ஆய்வுக்காக அதிகாரி வந்தபோது பிரான்சிஸ், இரண்டாவது மாடியிலிருந்த தன் அறையிலிருந்தான். அப்பா அதிகாரியிடம், படிக்கட்டுக்கு மேலே உள்ள தடுப்புப் பலகையைச் சுட்டிக் காட்டினார். அப்போதுதான் பிரான்சிஸுக்கு, ஆய்வு செய்வதற்காக காப்பீட்டு நிறுவனத்திலிருந்து அதிகாரி வந்திருக்கிறார் என்று புரிந்தது. படிகளின் மேலே உள்ள கூடத்தில் நின்றபடி அவர்கள் நடந்த சம்பவத்தைப் பற்றிப் பேசிக்கொண்டிருந்தார்கள். கதவு சாத்தியிருந்ததால் அவனால் பேச்சுக் குரலைத்தான் கேட்க முடிந்ததே தவிர, வார்த்தைகள் விளங்கவில்லை. அதனால் அவன் படுக்கையிலிருந்து எழுந்து கதவை லேசாகத் திறந்தான். அப்போது அவர்கள் பேசுவதைத் தெளிவாகக் கேட்க முடிந்தது. கதவின் இடைவெளி வழியே பார்த்தான்; அப்பாவும் ஆய்வாளரும் ஒருவர் முகத்தை ஒருவர் பார்த்தபடி நின்றுகொண்டிருந்தனர்.

"திடீரென்றுதான் அது நடந்தது." திரு. எதெரிட்ஜ் சொன்னார். "நானும் மனைவியும் எங்கள் அறையில் இருந்தோம். அவளுக்கு மிகக் கடுமையான தலைவலி ஏற்பட்டது. ஆஸ்பிரின் கிடைத்தால் நல்லது என்று அவள் விரும்பினாள். ஆனால் மாத்திரை பாட்டிலை அவள் கீழ்த் தளத்தில் வைத்திருந்தாள். நான் அதை எடுத்து வந்து தருகிறேன் என்று சொன்னாலும் அவள் கேட்கவில்லை. எந்த இடத்தில் வைத்தோமென்று அவளுக்கும் சரியாகத் தெரியவில்லை. தேடிப் பார்க்க வேண்டும் என்று நினைத்து அவள் கீழே இறங்க முடிவு செய்தாள். சற்றுப் பின்னால் நானும் அவளைப் பின் தொடர்ந்தேன். அவளுக்கு ஏதாவது உதவி செய்யலாம் என்று நினைத்துத்தான் நான் அவள் பின்னால் சென்றேன். மாடிப் படியின் மேலே வந்தவுடன் அவள் திடீரென்று முன்னால் வீழ்ந்தாள். ஏறத்தாழ கரணமடித்ததைப்போல. திடீரென்று அப்படி நடந்துவிட்டதால் என்னால் எதுவும் செய்ய முடியவில்லை. ஆயினும் நான் முன்னே எக்கி அவளைப் பிடிக்கப் பார்த்தேன். ஆனால் பயனில்லை. கீழ்ப்படிகளில் எங்கோ அவள் தலை சென்று மோதியது. அவளுடைய கழுத்தெலும்பும்

உடைந்திருக்கிறது. ஆனால் தலையில் பட்ட அடிதான் மரணத்திற்குக் காரணம். மருத்துவரின் சான்றிலும் அப்படித்தான் குறிப்பிடப்பட்டிருக்கிறது."

"அது எனக்குத் தெரியும்." ஆய்வாளர் சொன்னார்.

உயரம் குறைந்த பருத்த உருவமாக இருந்தார் அவர். அவரது உடலும் கைகளும், கால்களைவிட மிகப் பெரிதாக இருந்தன. ஏதோ தொண்டை நோய் உள்ளவரைப்போலத்தான் அவர் பேசினார். கரகரப்பான குரலாக இருந்தது.

"அவர்கள் விழுந்துவிட்டார்கள் என்று உங்களால் உறுதியாகச் சொல்ல முடியுமா? அவர்களுக்குத் தலை சுற்றலோ, மயக்கமோ வந்திருக்கலாம் அல்லவா? அவர்கள் நல்ல ஆரோக்கியத்துடன் இல்லை என்றுதானே நீங்கள் முதலில் சொன்னீர்கள். அவர்களுக்குக் கடுமையான தலைவலி இருந்ததல்லவா?"

"இல்லை, இல்லை. அவள் தவறித்தான் விழுந்தாள். திடீரென்று மயங்கி விழவில்லை. மிகவும் வேகமாக முன்புறமாக அவள் விழுந்துவிட்டாள். அவள் படிகளில் விழுந்த தூரத்தையும், அதற்கான நேரத்தையும் பார்க்கும்போது அவள் விழுந்தாளென்று தெளிவாகிவிடும். இதோ இந்தப் பலகையைப் பார்த்தீர்களா? அது மக்கி ஆணிகள் எல்லாம் பெயர்ந்திருப்பதைப் பார்த்தீர்களா? கால் அங்குலம்வரை அது வெளிப்பெயர்ந்திருக்கிறது."

"அது சரிதான். ஆபத்து ஏற்படுவதற்கு அது போதும். போதாக் குறைக்கு படிகள் தொடங்கும் இடத்தில்தான் பெயர்ந்திருக்கிறது. திரு. எதெரிட்ஜ் நீங்கள் இதைச் சரி செய்யாதது ஆச்சரியமாக இருக்கிறது!"

"ஆமாம். நான் அதைச் சரி செய்திருக்க வேண்டும். நான் அது குறித்து மிகவும் வருந்துகிறேன். என்னைக் குற்றம் சாட்டிக் கொள்கிறேன். ஆனால் எனக்கு இந்த வகையான செப்பனிடும் வேலைகளில் திறமையில்லை. அப்புறம், வீட்டு உரிமையாளர்தான் தேவையான நேரத்தில் இதுபோன்ற வேலைகளைச் செய்ய வேண்டும். இந்தப் பலகை மக்கிப் பெயர்ந்திருக்கிறது என்று நான் அவரிடம் சொன்னபோது, அதை உடனே சரி செய்துவிடுவதாகத் தான் அவர் எனக்கு வாக்குக் கொடுத்தார்."

"இந்த சம்பவத்திற்கு நேரடி சாட்சி நீங்கள் மட்டும்தானே?"

"ஆமாம்."

"ம்... அதுதான் சிரமம். நீங்கள் கொடுத்த விவரங்களை உறுதிப்படுத்துவதற்கு இன்னொரு சாட்சியும் இருந்திருந்தால் மிகவும் உபயோகமாக இருந்திருக்கும்."

"என்ன செய்வது? வேறு யாரும் இந்த சம்பவத்தைப் பார்க்கவில்லையே. நானும் என் மனைவியும் மட்டும்தானே அப்போது வீட்டில் இருந்தோம். என் மகன் எங்கோ விளையாடிக் கொண்டிருந்தான்."

அந்த நேரத்தில்தான் பிரான்சிஸ் கதவைத் திறந்து கொண்டு கூடத்திற்குச் சென்றான். அவன், தன் அப்பாவுக்கும் ஆய்வாளருக்கும் அருகில் சென்றான். அவன் கதவைத் திறந்தபோது ஏற்பட்ட கிறீச்சொலியை அவர்கள் இருவரும் கேட்டார்கள். யாரென்று அறிய தலை திருப்பியபோது, மெல்ல நடந்து பக்கத்தில் வரும் பிரான்சிஸைப் பார்த்தார்கள்.

"நான் என் அறையில் இருந்தேன்." தேவையில்லாமல் அவன் அந்த விவரத்தை அவர்களிடம் சொன்னான்: "நீங்கள் பேசிக்கொண்டிருந்ததைக் கேட்டேன்."

"அப்படியா?" திரு. எதெரிட்ஜ் சற்று வெறுப்பு தோய்ந்த குரலில் கேட்டார். "உனக்குத் தொடர்பற்ற விஷயங்களைக் கேட்க விரும்பக்கூடாது பிரான்சிஸ். அது கெட்ட பழக்கம்."

"மன்னிக்க வேண்டும். என்னால் உதவ முடியும் என்று எனக்குத் தோன்றுகிறது" என்றான் பிரான்சிஸ்.

"உன்னால் இந்த விஷயத்தில் எதுவும் செய்ய முடியாது. திரும்பி உன் அறைக்குச் செல்வதுதான் நல்லது." திரு. எதெரிட்ஜ் அறிவுறுத்தினார்.

"எப்படி உதவி செய்ய முடியும் என்று நீ சொல்கிறாய்?" ஆய்வாளர் கேட்டார்.

"நடந்த சம்பவத்தைப் பார்த்த இன்னொரு சாட்சியும் இருந்தால் மிகவும் உபயோகமாக இருக்கும் என்று நீங்கள் சொன்னதை நான் கேட்டேன். சம்பவத்தை நான் பார்த்தேன்,"

"என்ன, நீ விபத்து நடந்ததைப் பார்த்தாயா? உன் அம்மா மாடிப் படி வழியே கீழே விழுவதை நீ பார்த்தாயா?"

"ஆமாம். அதோ அங்கே உள்ள அலமாரிக்குள்தான் நான் அமர்ந்திருந்தேன். நான் அடிக்கடி அதற்குள் இப்படி

அமர்ந்திருப்பேன். அங்கே இருப்பது மிகவும் அமைதியாக இருக்கும். நான் எங்கேயிருக்கிறேன் என்று மற்றவர்கள் யாரும் அறிந்து கொள்ளாதிருக்கவும் அந்த இடம் உதவி செய்யும். அலமாரியின் கதவை லேசாகத் திறந்து அமர்ந்திருப்பேன். அந்த இடைவெளியில் என்னால் மாடிப்படி முழுவதையும் பார்க்க முடியும். உண்மையில் என்ன நடந்தது என்று நான் தெளிவாகப் பார்த்தேன்."

ஆய்வாளரின் முகத்திலிருந்து பார்வையை விலக்கிய பிரான்சிஸ், தன் அப்பாவின் முகத்தைப் பார்த்தான். தேவாலயத்தில் இருக்கும்போது பார்த்த அதே முகபாவத்தைத்தான் இப்போதும் அவர் முகத்தில் பார்த்தான். அங்கே தொங்கவிடப்பட்டிருந்த சாம்பல் நிறத் திரைச் சீலைகளின் அதே நிறத்தை அப்பாவின் முகத்தில் அப்போது அவன் பார்த்தான். சிலைபோன்று அசைவற்று நின்று அவர் பிரான்சிஸைக் கருத்தாழ்ந்த பார்வையுடன் நோக்கினார்.

"அருமைப் பையா சொல்." ஆய்வாளர் உற்சாகப்படுத்தினார். "நீ என்ன பார்த்தாயென்று என்னிடம் சொல்." பிரான்சிஸ் மீண்டும் ஆய்வாளரின் முகத்தைப் பார்த்தான்.

"அப்பா சொன்னதுபோன்றுதான் சம்பவம் நடந்தது. அம்மா எதிலோ தடுக்கிக் கீழே விழுந்தார்கள். கீழே பறந்து விழுவது போலத்தான் அம்மா வீழ்ந்தார்கள்."

"அம்மா விழுவதைப் பார்த்தாய் என்றால் நீ ஏன் உதவிக்கு ஓடிச் செல்லவில்லை?" நெடிதாக ஒரு முறை பெருமூச்சு விட்டு விட்டு பிரான்சிஸின் அப்பா கேட்டார்.

"என்னமோ! எனக்குத் தெரியவில்லை. நான் பயந்திருக்கலாம். எவ்வளவு பட்டென்று அந்தப் பயங்கரமான சம்பவம் நடந்தது! நான் மிகவும் அதிர்ந்துபோய்விட்டேன், என்ன காரணம் என்று எனக்குத் தெரியவில்லை. பிறகுதான் அப்பா கீழே இறங்கி வருவதை நான் பார்த்தேன். அவர் மருத்துவரை அழைப்பதையும் நான் கேட்டேன். பிறகு நான் கொல்லைப் புறத்திற்குச் சென்று அங்குள்ள மல்பெரி மரத்தில் ஏறி அமர்ந்து கொண்டேன்."

"ஹும்! அதிசயம்தான்" திரு. எதெரிட்ஜைப் பார்த்து ஆய்வாளர் குலுக்கினார். "பிள்ளைகள் என்றால் அவர்கள் ஒரு விசித்திரமான வர்க்கம்தான்!"

"ஆமாம்." திரு. எதெரிட்ஜ் ஏற்றுக்கொண்டார். "ஆமாம். அவர்கள் தனிப்பட்ட வகையானவர்கள். பிரான்சிஸ் நீ உன் அறைக்குச் செல். எப்படியானாலும் நீ வந்து பேசியது நல்ல தாயிற்று."

"எனக்கும் அதில் மகிழ்ச்சி!" பிரான்சிஸ் சொன்னான்.

பிரான்சிஸ் அறைக்குள் சென்றான். கதவைச் சாத்திவிட்டு சூரிய வெளிச்சம் உடலில் படும்படி தரையில் அமர்ந்தான். சற்று நேரம் முன்பு பார்த்துக்கொண்டிருந்த ஒரு பெரிய புத்தகத்தை மீண்டும் திறந்தான், அந்தப் புத்தகத்தில் ஆயிரக்கணக்கான வண்ணப் புகைப்படங்கள் இருந்தன. கற்பனையில் காணக்கூடிய எல்லாப் பொருட்களின் படங்களும் அந்தப் புத்தகத்தில் இருந்தன. கால் மணி நேரம் கழித்து அவன் அப்பா அறைக்குள் வந்தபோது, பிரான்சிஸ் அந்தப் புத்தகத்தைப் புரட்டிக்கொண்டிருந்தான். திரு. எதெரிட்ஜ் அவனைச் சற்று நேரம் உற்றுப் பார்த்துக் கொண்டு நின்றார்.

"பிரான்சிஸ் நீ என்ன பார்க்கிறாய்?"

பளபளப்பான வண்ணப் புகைப்படங்களிலிருந்து தலை நிமிர்த்தினான் பிரான்சிஸ். அப்பாவின் பாறைபோன்ற முகத்தைப் பார்த்தான். வெளிறிய அந்த நீலக் கண்களில் ஒரு மெல்லிய பளபளப்பைப் பார்த்தான். அவரது சாம்பல் நிறத் தலைமுடி சூரிய ஒளிபட்டு எரிந்து தகதகப்பதுபோல ஒளிர்ந்தது.

"இது ஒரு விவரப் புத்தகம். எனக்கு விருப்பமான பற்பல பொருட்களின் புகைப்படங்கள் இதில் உண்டு. காப்பீட்டு நிறுவனத்திலிருந்து நமக்கு நிறையப் பணம் கிடைக்குமா? கிடைக்கும் என்றால் நாம் கொஞ்சம் பொருட்கள் வாங்க முடியும். வேண்டுமென்றால் நான் பயிற்சி செய்து பார்ப்பதற்கு ஒரு பியானோகூட வாங்கலாம்" என்றான் பிரான்சிஸ்.

திரு. எதெரிட்ஜின் கண்களில் தெரிந்த மெல்லிய பளபளப்பு திடீரென்று அவரைக் குருடனாக்கியதுபோலத் தோன்றியது. அது தன் அப்பாதானா என்றுகூட பிரான்சிஸுக்குச் சந்தேகமாக இருந்தது.

"ஆமாம்" திரு. எதெரிட்ஜ் சொன்னார், "ஒருக்கால், ஒரு பியானோகூட வாங்க முடியும்."

✺

2. பதினான்காவது அறை

- தல்மக் பவ்வல்

ஒரு விஷயத்தை நான் முன்பே சொல்லிவிடுகிறேன். நான் பார்க்கும் வேலையைப் பற்றி மட்டும் கேலி செய்யாதீர்கள். கல்லூரியில் என்னை நிறையக் கிண்டல் செய்வார்கள். நகரத்துப் பிணவறையில் இரவுக் காவல்காரன் நான். எனக்கு அந்த வேலை அவ்வளவு பிடித்தமில்லை என்றாலும் அதனால் எனக்குப் பல பயன்கள் உண்டு.

முதலாவதாக பகல் பொழுது முழுவதையும் கல்லூரியில் படிப்பு வேலைகளுக்காக ஒதுக்கி வைக்க இந்த வேலை உதவிகரமாக இருக்கிறது. பிறகு இரவுப் பணியின்போதும் நன்றாகப் படிக்க எனக்கு நேரம் கிடைக்கிறது. இடையிடையே தூங்கவும் முடிகிறது. எண்களிடப்பட்ட, விவரச் சீட்டு தொங்கவிடப்பட்ட இழுப்பறைகளில் நல்லுறக்கத்தில் இருக்கும் சவ உடல்கள், நான் தலையைப் பிய்த்துக்கொண்டு யோசித்து நுண் கணிதம் செய்யும்போது என்னைத் தொந்தரவு செய்வதில்லை. எப்படியாயினும் நான் அப்படித்தான் நினைத்தேன்.

நான் அன்றும் வழக்கம்போல ஒலாப் டாலியிட மிருந்து இரவுக் காவல் பொறுப்பேற்றுக்கொண்டேன். ஒரு கால் மட்டும் நன்றாக இயங்கும் ஒலாப், வயதாகிப்போனதால் பிணவறை வேலை செய்ய வேண்டிய கதிக்கேட்டிற்கு ஆட்பட்டிருந்தார்.

ஒவ்வொரு பகலும் அவர், பணி முடிகிற அந்த நொடியைத்தான் ஆர்வத்துடன் எதிர்நோக்கியிருந்தார். ஓலாப், இரவுப் பணியாளன் வந்தவுடனேயே அவனிடம் பொறுப்பை ஒப்படைத்துவிட்டு ஒரே ஓட்டமாக வீட்டுக்கு ஓடிவிடுவார். "ஹலோ"வையும் "குட்பை"யையும் ஒரே மூச்சில் சொல்லி முடித்துவிட்டு, நல்ல காலைப் பயன்படுத்தி அவசரமாகச் செல்கிற அவர் வேகம் எனக்கு வியப்பளிப்பதுண்டு. வழக்கம்போல அன்றும் ஓலாப் என்னைப் பார்த்தவுடன் "ஹலோ"வையும், "குட்பை"யையும் முணுமுணுத்துவிட்டு வீட்டை நோக்கிப் பாய்ந்து சென்றார்.

பிணவறையில் சிறிய அறையில் நான் தனியனானேன். தெர்மோபிளாஸ்கையும், டிரான்சிஸ்டரையும், கொஞ்சம் பாடப் புத்தகங்களையும் நான் மேசை மீது வைத்தேன். பருமனான பதிவேட்டை எடுத்து சற்று மேலோட்டமாகப் படித்துப் பார்த்தேன். ஓலாப் சரியாகப் பதிவேட்டில் அன்றைய குறிப்புகளைச் சிலந்தி வலைபோன்ற கையெழுத்தில் எழுதியிருந்தார். மூழ்கி இறந்த ஒரு ஆண். கார் விபத்தில் இறந்த ஒரு ஆணும் பெண்ணும். படுக்கையில் தீப் பிடித்தபோது விழிக்கத் தாமதமானதால் இறந்த மற்றொரு உடல். கத்திக்குத்தில் தோற்ற ஒரு ஆண். நதியில் வீழ்ந்து இறந்த ஒரு பெண். ஓலாபின் பகல் நேரப் பணியில் அசாதாரணமான சம்பவங்கள் எதுவும் ஏற்படவில்லையென்று நான் புரிந்துகொண்டேன்.

முற்றிலும் சாதாரணமான ஒரு நாள். கடந்த வாரம் பிணம்போல் ஒன்று பிற்பாடு வரவில்லையே என்று நான் நினைத்தேன். முன்பு கீற்றுக் குடிசையில் வசித்திருந்த ஒரு முதியவள். அசிங்கமான உருவம். பரிதாபத்திற்குரிய தனிமை வாழ்வு. மெழுகுவர்த்தியைச் சுற்றி வலம் வந்து தீயில் கருகி இறக்கும் விட்டில் பூச்சிகளைப்போல. அந்த முதியவளுக்கு முற்றிய மன நோய். என்றிருந்தாலும் அசுத்தமோ, அசிங்கமோ, முதுமையோ இல்லாத ஒரு கனவுலகத்தில் அவளுக்கு நுழைவு கிடைத்தது. என்டோரினைச் சேர்ந்த நான்காம் சூனியக்காரி தான்தான் என்று அவள் நம்பிக்கொண்டிருந்தாள். கீற்றுக் குடில்கள் மூடநம்பிக்கையின், முட்டாள்தனத்தின் வளர்ப்பு மையங்களான நிலையில், அண்டை அயலைச் சேர்ந்த சிலர் அவளை என்டோரினைச் சேர்ந்த நான்காம் சூனியக்காரியாகப் பார்த்ததில் வியப்பொன்றுமில்லை. பார்ப்பதற்கும் அவள் ஏறத்தாழ ஒரு சூனியக்காரியைப் போலவே இருந்தாள். மண்டை ஓடு போன்ற

முகம். பறவையின் அலகுபோன்ற நீண்டு வளைந்த மூக்கு, அதன் முனையில் ஒரு மரு. பற்களற்ற வாய். நீண்ட கூர்மையான தாடை. பரந்திருக்கும் அசுத்தமான தலைமுடி. இவ்வளவும் ஒன்று சேரும்போது அவள் நான்காம் சூனியக்காரி இல்லையென்றால் பிறகு யார்? எதிர்காலத்தைப் பற்றிக் குறிசொல்லி, அதிர்ஷ்ட ஜாதகம் எழுதி, பூசைகள் நடத்தி, பரிசு விழப்போகும் லாட்டரி எண்களை முன்னரே சொல்லி, மந்திர வேலைகள் செய்து, ஆட்களை மயக்கி காதலுக்கு அடிமையாக்கும் வசிய மருந்துகள் விற்று அவள் அரைப்பட்டினியுடன் வாழ்ந்து வந்தாள். அவள் எப்போதுமே கெட்ட மந்திர வேலைகளைச் செய்ததில்லை என்பதுதான் அண்டைவாசிகளின் கருத்து. தீமைகளின் உலகத்தை அவள் ஒருபோதும் எட்டிப் பார்த்தது இல்லை. நன்மையை மட்டும் நோக்கமாகக் கொண்டு ஜெபித்து ஆளை மயக்குவதற்குத்தான் அவள் முயன்றிருக்கிறாள். அது முடியாமல் போகும்போது அவள் அவ்வகையானவர்களை மீண்டும் மந்திரத்திற்கு அடிமையாக்க முயன்றதில்லை.

வெப்பமாக இருந்த ஒரு நாளில், மூட்டமான சூழ்நிலையில், என்டோரினைச் சேர்ந்த நான்காம் சூனியக்காரி அவள் தங்கியிருந்த கட்டடத்தின் மொட்டை மாடிக்குச் சென்றாள். சந்திரனை நோக்கி முழு வேகத்தில் பறக்க முயன்றாளா, அல்லது கால் தவறிக் கீழே விழுந்துவிட்டாளா என்று யாருக்கும் தெரியவில்லை. ஆறு மாடிக் கட்டடத்தின் உச்சியிலிருந்து சாலையில் வீழ்ந்த அவள் உடலை- உண்மையைச் சொன்னால் - சுரண்டித்தான் எடுக்க வேண்டியிருந்தது. அந்த நிலையில்தான் அவளைப் பிணவறைக்குக் கொண்டு வந்தார்கள். அந்த நிலையில்தான் அவளைப் பதினான்காம் இழுப்பறையில் வைத்தார்கள். குளிரூட்டப்பட்ட அந்த அறையில் அவள் நான்கு நாட்கள் கிடந்தாள். அதன் பிறகுதான் அழகாக உடையணிந்த அவள் மகன் வெளி நாட்டிலிருந்து பறந்து வந்தான்; உடலைப் பெற்றுக்கொண்டான். அந்தப் பிணம் அங்கிருந்து அகன்ற பிறகுதான் முதியவர் ஓலாப் சற்று நிம்மதியடைந்தார்.

“அந்தப் பதினான்காம் எண் அறையில் இப்போதும் ஒரு நாற்றம் இருக்கிறது என்று நான் உறுதியாகச் சொல்கிறேன். கந்தக நெடி அடிக்கிறதல்லவா? ஏறத்தாழ அதுபோலத்தான்” என்று ஓலாப் சொல்வார். ஆனால் நான் அந்த நாற்றத்தை உணரவில்லை. அப்போது என் மூக்கில் வேதியல் ஆய்வுக் கூடத்தின் வாசனைகள்

தான். அப்போது நான் செய்முறைத் தேர்வில் மற்றவர்களை எட்டிப் பிடித்துவிடும் கடும் முயற்சியில் ஈடுபட்டிருந்தேன்.

பதிவேட்டைக் கீழே வைத்துவிட்டு வழக்கப்படி உள்ளுக்குள்ளேயே சற்று உலவலாம் என்று முடிவு செய்தேன். பிணவறையின் தரை சாம்பல் நிற சதுரக் கற்கள் பதிக்கப்பட்டது. தூய்மையும் அழகுமுடைய தரை. கிருமி நாசினிகளின் மணம் கமழ்ந்தது. அறைக்கு எதிரே இரண்டு கதவுகள் உள்ள ஒரு வாயில். அதன் வழியே சென்றால், வெளியிலிருந்து வரும் சவங்களைப் பெற்றுக்கொள்ளும் அறை வரும். வாயிலின் அருகே கிடந்தது நீளமான பளிங்குத் தளம் அமைத்த மேசை. அது குறைந்த அகலமுடையது. அதிர்ஷ்டவசமாக அப்போது அதன் மீது யாருமில்லை. அந்த மேசை எப்போது வேண்டுமானாலும் பயன் படுத்தக்கூடிய ரீதியில் சுத்தமாகக் கழுவி வைக்கப்பட்டிருந்தது. குளிரூட்டும் இயந்திரத்தின் சிறிய முனகலைக் கேட்க முடியவில்லை. ஆயினும் உணர முடிந்தது. என் வலது புறம்தான் தேன்கூடுகள் போன்ற இழுப்பறைகள் இருக்கின்றன. அவை, சவங்களைப் பாதுகாக்கின்ற அறைகள். உறவினர்கள் வந்து பெற்றுக்கொள்வது வரையிலோ, நகராட்சியின் செலவில் சவ அடக்கம் நடப்பது வரையிலோ இந்த இழுப்பறைகளில்தான் பிணங்கள் பாதுகாக்கப்படும். பிணம் உள்ள எல்லா இழுப்பறையிலும் விவரச் சீட்டு இருக்கும். கப்பல் பயணிகளுக்குத் தரும் பயணச் சீட்டுபோன்ற விவரச் சீட்டு. அந்த விவரச் சீட்டை ஒரு சிறிய கம்பியில் கோர்த்து இழுப்பறையின் பிடியில் கட்டித் தொங்கவிடுவார்கள். இழுப்பறையில் பிணம் வைக்கப்பட்டது முதல் அதை நீக்கம் செய்வதுவரை அந்த விவரச் சீட்டு அங்கே இருக்கும். பதிவேட்டில் பார்த்த பிணங்களின் எண்ணிக்கையை நினைவுபடுத்திக்கொண்டு, மெதுவாகச் சீழ்க்கையிட்டபடி நான் ஒரு பரிசோதனை நடத்தினேன்.

நான் ஒவ்வொரு விவரச் சீட்டையும் வாசித்துப் பார்த்து விட்டு, பதிவேட்டில் உள்ள தகவல்களுடன் மனதில் ஒப்பிட்டுப் பார்த்தேன். பதினான்காம் இழுப்பறைக்கு அருகில் வரும்போது என்னையறியாமல் அந்த மணத்தை நுகர்ந்துவிட்டேன். அதைப் புரிந்துகொண்டவுடன் என்னைக் கட்டுப்படுத்திக்கொண்டு முதியவர் ஒலாபைத் திட்டினேன். அவரும் அவர் கண்டுபிடித்த வாசனையும்! கந்தகத்தின் வாசனை இருக்கிறதாம்!

பதினான்காம் இழுப்பறையைத் தாண்டிவிட்டிருந்த நான் பட்டென்று நின்ற நிலையில், சற்றுத் திகைத்தசைந்து திரும்பிப்

பார்த்தேன். பார்த்தது சரிதானா என்று அறிவதற்காகத் திரும்பி நின்றேன். ஒலாப் பதிவேட்டில் பதினான்காம் அறையில் பிணம் இருப்பதாக எழுதவில்லையே. ஆனால், அந்த அறையின் கைப்பிடியில் விவரச் சீட்டு தொங்கவிடப்பட்டிருந்தது. அது தான் என்னைப் பிடித்து நிறுத்தியது. நான் குனிந்து அந்த விவரச் சீட்டை திருப்பித் திருப்பிப் பார்த்தேன். என் சீழ்க்கையொலி என்னையறியாமல் நின்றுவிட்டது. மீண்டும் நான் அந்த விவரச் சீட்டைத் திருப்பிப் பார்த்தேன். மூன்றாம் முறையும் பார்த்தேன். எனக்கு எதுவும் புரியவில்லை. நிமிர்ந்து நின்று தலையைச் சொறிந்துகொண்டேன். அந்த விவரச் சீட்டின் இருபுறமும் எதுவும் எழுதப்பட்டிருக்கவில்லை! ஒலாப் வயதானவர்தான். ஆனால் முதுமையில் ஏற்படக்கூடிய நோய்கள் எதுவும் அவரிடம் இல்லை. ஒலாப், அறையின் விவரச் சீட்டில் பெயரையும் மற்ற தகவல்களையும் எழுத மறந்துவிடக்கூடியவர் அல்ல. இது எனக்குத் தெரியும். திடீரென்று எனக்குச் சிரிப்புப் பொங்கியது. இது, முதியவர் ஒலாப் என்னை ஏமாற்றுவதற்காகச் செய்த தமாஷாகத் தான் இருக்கும் என்று சந்தேகப்பட்டேன். அவருக்கு அதற்கான திறமை இருக்கும் என்று நான் நம்பவில்லை என்றாலும், அதுதான் நடந்திருக்க வேண்டும் என்று எனக்குத் தோன்றியது.

இது ஒரு தமாஷ்தான் என்று புரிந்தபோது மீண்டும் சீழ்க்கையிடத் தொடங்கினேன். அந்த இழுப்பறையின் கைப் பிடியைப் பிடித்து இழுத்துத் திறந்தேன். சக்கரங்கள் பொருத்தப் பட்ட இழுப்பறை வெளியே உருண்டு வந்தது. அதற்குள் பார்த்த காட்சி என் சீழ்க்கையைப் பட்டென்று நிறுத்தியது.

அதற்குள் ஒரு இளம்பெண் இருந்தாள். மஞ்சள் தலை முடியுள்ள ஒரு தேவதை. அந்த அழகிற்கு முன்னால் மரணம் கூடத் தலை குனியும். அவளது ஒவ்வொரு உறுப்பையும் வர்ணித்தால், அவள் அழகின் உருவெடுத்து வந்தவள் எனலாம்! அந்த ரூப சௌந்தர்யம் என்னை மிகவும் கவர்ந்தது. எனக்குக் கட்டை விரலிலிருந்து ஒரு கிறுகிறுப்பு ஏற்படத் தொடங்கியது. வடிவொத்த முகம். அருமையான உடலழகு. பட்டுப் போன்ற மென்மையான சருமம். இமைகள் மூடியிருக்கும் விதம் அவள் தூங்குவதுபோன்ற தோற்றத்தை ஏற்படுத்தியது. நீண்ட இமை ரோமங்கள் கரு நிழல்களைப்போலவே தோன்றின. அவள் ஆக மொத்தம் அணிந்திருந்த ஆபரணம் ஒரு வளையல் மட்டும்தான். அழகான தங்கச் சங்கிலியில் பொருத்தப்பட்டிருந்த ஒரு சிறு

தகடு உள்ள எழிலான வளையல். அந்த வளையலில் இரண்டு எழுத்துக்கள் பொறிக்கப்பட்டிருந்தன - செ. லா.

மஞ்சள் தலைமுடிக்காரியிடமிருந்து நான் பார்வையைப் பறித்துக்கொண்டு அலுவலக அறைக்கு நடந்தேன். மேசை மீதிருந்த பதிவேட்டை அருகே இழுத்து அதை இன்னொரு முறை பரிசோதித்தேன். முதியவர் ஓலாபை வெறுமனே குற்றம் சாட்டுவதற்கு முன்பு இன்னொரு முறை சோதித்துப் பார்த்துவிடுவது நல்லது என்று தோன்றியது. அன்றைய நாளில் எழுதி வைத்திருந்த குறிப்புகளை மீண்டும் படித்துப் பார்த்தேன். திரும்ப இரண்டாவது முறையும் படித்துப் பார்த்தேன். பிறகு முந்தைய நாளின் குறிப்புகளையும் தேடிப் பார்த்தேன். பதினான்காம் எண் இழுப்பறையில் அதிகாரப்பூர்வமாக எந்தச் சவத்தையும் கிடத்தவில்லையென்று மிகத் தெளிவாகத் தெரிந்தது. நான் மிகவும் குழம்பிப்போனேன். முகத்தைச் சுளித்துக் கொண்டு மீண்டும் பிணவறைக் கூடத்திற்கு வந்தேன். உதடுகளில் சீழ்க்கை ஒலி வரவில்லை. பிணவறைக் கூடத்திற்கான கதவின் மேற்பகுதியில் பாதியளவுக்குக் கண்ணாடி பொருத்தப்பட்டிருந்தது. நான் அதன் வழியே பார்த்தபோது பதினான்காம் இழுப்பறையில் கிடக்கிற மஞ்சள் தலைமுடிக்காரியின் முகத்தைத் தெளிவாகக் கண்டேன். அதனால் நான் கதவைத் திறக்கவில்லை. பதினான்காம் இழுப்பறையில் 'செ.லா.' என்னும் தலைப்பெழுத்துக்கள் உள்ள ஒரு மஞ்சள் தலைமுடிக்காரி கிடக்கிறாள் என்னும் உண்மை என் கண் முன்னால் உண்டு. என்ன நடந்தது என்று புரிந்துகொள்ள முடியாமல் நான் நாற்காலியில் தளர்ந்தமர்ந்தேன். நெற்றியில் துளிர்த்த வியர்வையைக் கைக்குட்டையால் துடைத்துக் கொண்டேன். நெடிய பெரு மூச்சொன்றை உதிர்த்தேன். தொலைபேசியை எடுத்து ஓலாப் டாலியை அழைத்தேன். மறு முனையில் தொலைபேசி ஒலிக்கும் சத்தம் கேட்டுக்கொண்டிருந்தபோது நான் பிணவறையை எட்டிப் பார்த்தேன்.

ஓலாபின் மனைவிதான் தொலைபேசியை எடுத்தாள். முதலில் அவள் தூக்கக் கலக்கத்துடன் "ஓலாப் இன்னும் வீட்டுக்கு வரவில்லை" என்று சொன்னாள். சட்டென்று அவள் குரல் மென்மையானது. "ஒரு நிமிடம் பொறுங்கள்! அவர்தான் வருகிறார் என்று நினைக்கிறேன்."

கனைத்து தொண்டையைச் சரிப்படுத்திக்கொண்டு ஓலாப் பேசினார்:

"ஹலோ! என்ன பிரச்சனை?"

"டுள்ளி ட்ரான்சன் பேசுகிறேன் திரு. டாலி."

"நீங்கள் பையன்கள் குடித்துத் திரிய வேண்டும் என்றால் அதற்கு மாற்றாக வேலை செய்ய நான் தயாரில்லை. இதை நான் முதலிலேயே சொல்லிவிடுகிறேன்."

"விஷயம் அதுவல்ல ஐயா. பதினான்காம் இழுப்பறையில் உள்ள ஒரு பெண்ணைப் பற்றிய விவரங்களைத் தெரிந்து கொள்வதற்காகத்தான் உங்களை அழைத்தேன்."

"டுள்ளி, பதினான்காம் இழுப்பறையில் யாருமில்லை."

"உண்டு ஐயா. பதினான்காம் இழுப்பறையில் ஒரு பெண் இருக்கிறாள். மஞ்சள் தலைமுடிக்காரி ஒருத்தி. இவ்வளவு சிறு வயதில் இறந்திருக்கக்கூடாத மிக அழகான இளம்பெண். உங்களுக்கு நிச்சயமாக நினைவிருக்கும். அவளை இங்கே கொண்டு வரும்போது நீங்கள் பதிவேட்டில் எழுதவில்லை, அவ்வளவுதான்."

ஓலாபிடம் அவர் மனைவி, என்ன விஷயம் என்று கேட்பதை நான் தொலைபேசி வழியே கிரகித்தேன். ஓலாப் தன் மனைவிக்கு வேறொரு குரலில் பதில் சொன்னார்:

"அந்த டுள்ளிப் பையன் தன் தெர்மோ பிளாஸ்கில் தண்ணீர் கலக்காத விஸ்கிதான் கொண்டு வந்திருக்கிறான் என்று நினைக்கிறேன்."

"இல்லை ஐயா!" நான் இடை புகுந்து குரைத்தேன். "எனக்கு இப்போது அது வேண்டும் என்று தோன்றுகிறது. ஆனால் என்னிடம் விஸ்கி இல்லை. பதினான்காம் இழுப்பறையில் ஒரு மஞ்சள் முடிக்காரி இருக்கிறாள். நீங்கள் பதிவேட்டில் குறிப்பிடுவதற்கு மறந்துபோன ஒரு நிகழ்ச்சி."

"நான் அப்படி முட்டாள்தனமாக நடந்துகொள்வேன் என்று எப்படி நினைத்தாய்?" என்றார் ஓலாப்.

"எனக்குத் தெரியவில்லை. ஆனால் நீங்கள் அதைச் செய்தீர்கள். அந்தப் பிணம் இங்குதான் இருக்கிறது. நான் சொல்வதை உங்களால் நம்ப முடியவில்லை என்றால் இங்கே வந்து நேரடியாகப் பார்த்துக்கொள்ளுங்கள்."

"பையா, நான் அதைத்தான் செய்யப்போகிறேன். நீ பெரிய குற்றச்சாட்டை என் தலையில் சுமத்தியிருக்கிறாய்." ஓலாப்

ரிசீவரைப் பலமாக வைத்தார். அந்த சத்தம் என் காதுகளில் வலியை ஏற்படுத்தியது. நான் மிக மெதுவாக ரிசீவரை வைத்துவிட்டு ஒரு சிகரெட் எடுத்துப் புகைத்தேன். சற்று நேரத்திற்குப் பிறகு பிளாஸ்கிலிருந்து காபியை ஊற்றிக் குடித்துவிட்டு மீண்டும் சிகரெட் பற்ற வைத்தேன். மேலும் ஒரு வாய் காபி குடித்துவிட்டு மீண்டும் சிகரெட் பற்ற வைத்தேன். மேலும் கொஞ்சம் காபி குடித்துவிட்டு சிகரெட் பற்ற வைக்கும்போதுதான் சாம்பல் கிண்ணத்தில் மூன்று சிகரெட்டுகள் கனன்றுகொண்டிருப்பதைக் கண்டேன். வெளிறிய ஒரு சிரிப்பை எனக்கு நானே பரிசளித்துக்கொண்டு பிறகு பயன்படுத்துவதற்காக இரண்டு சிகரெட்டுகளை எடுத்து வைத்தேன்.

புயலில் அகப்பட்ட கப்பல்போல ஆடித் தடுமாறி, சுவாதீனமுள்ள காலை எட்டிப்போட்டு நடந்து ஒலாப் நுழைந்தார். அவரது ரௌத்திரமான பார்வையை ஒரு சிரிப்பால் எதிர்க்கொண்டேன். எந்தளவு முகத்தில் தன்னம்பிக்கையை வரவழைக்க முடியுமோ, அந்தளவு தன்னம்பிக்கையை நான் அந்தச் சிரிப்பின் மூலமாக வெளிப்படுத்தினேன். ஒலாபை பிணவறைக்கு அழைத்தேன். உள்ளாகவும் வெளியாகவும் திறக்கக் கூடிய கதவைத் திறந்து முன்னால் நடந்தார் ஒலாப். அவர் பின்னால் நானும். பதினான்காம் இழுப்பறை திறந்து கிடந்தது. ஒலாப் அதன் அருகே செல்லவில்லை. ஒரு முறை பார்த்துவிட்டு சினக் கொந்தளிப்புடன் ஆக்ரோஷமாகக் கத்தினார்.

"பிரான்சன்!" கோபத்தைக் கட்டுப்படுத்திக்கொள்ள முடியாமல் உறுமினார் ஒலாப். "எனக்கு இருபது வயது குறைவாக இருந்தால் அடித்து உன் மூக்கை உடைத்திருப்பேன்! களைத்துத் துவண்டுபோன கிழவனைத் தேடிப் பிடித்து தொல்லை கொடுக்க உனக்கு எப்படித் தைரியம் வந்தது? உன் துணிச்சல் அபாரம்தான்! நீயும் நல்ல விதமான பையன்களில் ஒருவன் என்று நான் நினைத்துக்கொண்டிருக்கும் போதுதான் நீ உன் குரங்குப் புத்தியைக் காட்டுகிறாய்..."

"ஆனால் திரு. டாலி..."

"என்னிடம் ஆனால் கீனால் என்றெல்லாம் பேசக் கூடாது புரிந்ததா? பார்த்துக்கொள்! இந்த விஷயத்தைப் பற்றி நான் கண்டிப்பாகப் புகார் செய்வேன்."

முற்றிலும் கலங்கித் தடுமாற்றமடைந்த நான் மீண்டும் பதினான்காம் இழுப்பறையைப் பார்த்தேன். பால் வெளிச்சம்

போல, அந்த மஞ்சள் முடிக்காரி அங்கே கிடப்பது எனக்குத் தெரிந்தது. என்னைத் தள்ளி விலக்கிவிட்டு ஓலாப் வெளியே செல்ல முற்பட்டார். நான் சட்டென்று அவர் கரத்தைப் பற்றினேன். அச்சத்தால் உருகிவிடும் நிலையை அடைந்திருந்தேன்.

"தாத்தா! உண்மையைச் சொல்லுங்கள்! நீங்கள் அவளைப் பார்க்கலாம். உங்களால் பார்க்க முடியும் என்று எனக்குத் தெரியும்."

"கையை எடுடா!" ஓலாப் கத்தினார். "அந்த இழுப்பறையில் என்ன இருக்கிறது என்று எனக்குத் தெளிவாகத் தெரிகிறது. ஒரு காலிப் பெட்டி. உன் தலைக்கு உள்ளே உள்ளதைப் போல சூன்யமாக இருக்கிறது." அவர் கையைப் பற்றிய பிடியை நான் விடவில்லை. அவர் போகக் கூடாதென்று நான் மிகவும் விரும்பினேன். "இது என்ன தமாஷ் என்று எனக்குப் புரியவில்லை..."

"எனக்கும் அதுதான் புரியவில்லை..." ஓலாப் குரலை உயர்த்தி என் வாயடைத்தார். "ஆனால் மிகவும் தரங்கெட்ட தமாஷாகிவிட்டது!"

"இந்தக் குரங்கு விளையாட்டை நிறுத்திவிட்டு அந்த இழுப்பறையைக் கொஞ்சம் பார்க்கக்கூடாதா பெரியவரே?" என்று நான் கேட்டேன்.

"நான் பார்த்தேன். போதுமான அளவு பார்த்தேன். ஒரு பாவப்பட்ட கிழவனை வீட்டிலிருந்து வெளியேற்றிக் கொண்டு வருவதற்கான இத்தகைய அசிங்கமான தமாஷ், பக்குவமற்ற ஒருவனுக்குத்தான் தோன்றும். ஆளும் வளரணும் அறிவும் வளரணும் அதுதாண்டா வளர்ச்சி!"

ஓலாப் இப்படிச் சொல்லிவிட்டு கையை உதறி என் பிடியிலிருந்து விடுவித்துக்கொண்டார். பிரதான வாயிலை நோக்கி நடந்தார். வாயிலை அடையும் முன்பு அவர் சட்டென்று திரும்பி நின்று, என்னை நோக்கி விரல் நீட்டிச் சொன்னார்:

"அடேய் நாசம் பிடித்தவனே, நாளையிலிருந்து நீ வேறு ஏதாவது வேலைக்கு முயற்சி செய்வதுதான் நல்லது. என்னால் முடிந்ததை நான் செய்வேன் என்று இப்போதே சொல்லி விடுகிறேன்." ஓலாப் எச்சரித்துவிட்டு வெளியே சென்றார்.

அலுவலக அறையிலிருந்தபடி நான் கண்ணாடிக் கதவின் வழியே பிணவறையைப் பார்த்தேன். என் வாயிலிருந்து என்னையும்

அறியாமல் ஒரு சத்தம் எழுந்தது. செ. லா. பதினான்காம் இழுப்பறையிலே படுத்திருந்தாள்.

"என் தங்கமான பெண்ணே..." எனக்கு நானே முணுமுணுக்கத் தொடங்கினேன். "இடத்தைக் கொஞ்சம் காலி பண்ணு. நான் கண்களை இறுக மூடிக்கொள்கிறேன். நீ இங்கிருந்து சென்றால் போதும்."

நான் சற்று நேரம் கண்களை மூடி மீண்டும் திறந்தேன். மஞ்சள் முடிக்காரி அப்போதும் அதே இடத்திலேயே கிடந்தாள். நான் முற்றிலும் கலவரமடைந்து நாற்காலியில் தளர்ந்து விழுந்தேன். அதே இருப்பில் அதிக நேரம் இருக்க வேண்டி வரவில்லை. அதற்கு முன்பாகக் கதவின் அழைப்பு மணி ஒலிக்கத் தொடங்கியது. திடீரென்று அந்த சத்தம் கேட்டபோது நான் என்னையறியாமல் நாற்காலியிலிருந்து இரண்டு மூன்றடி எகிறிக் கீழே விழுந்தேன். பிறகு அவசரமாகப் பிணவறையின் வழியே ஓடினேன். சவம் கொண்டு வருகிற வண்டியுடன் ஸ்மித்தும், மக்லினும் வந்தார்கள். அவர்கள் அப்போது, அழுக்காகிக் கசங்கிய பழைய உடைகள் அணிந்த ஒரு முதியவரின் சவத்தை பளிங்கு மேசை மீது கிடத்திக்கொண்டிருந்தார்கள்.

"டிரக்கின் முன்னால் சென்று அடிபட்டுவிட்டார்." ஸ்மித் சம்பவத்தை என்னிடம் அறிவித்தான்.

"யார் என்று தெரிந்துகொள்வதற்கான தடயம் எதுவும் கிடைக்கவில்லை. ஜோண்டோ என்று பெயர் கொடுத்து ஐஸ் பெட்டியில் வை." மக்லின் கட்டளையிட்டான்.

"நசுங்கிச் சிதைந்திருக்கிறது, அல்லவா பிரான்சன்?" ஸ்மித் என்னை நோக்கிச் சிரித்துவிட்டு, விரிப்பால் அந்த உடலைப் போர்த்தினான். அத்தகைய காட்சிகளைக் காண்பதற்கான மன உறுதி எனக்கு இல்லையென்று ஸ்மித் நினைத்திருந்தான். அதனால் வாய்ப்பு கிடைக்கும்போதெல்லாம் அவன் என்னைக் கேலி செய்வது வழக்கம்.

"சரிதான்." என் மேலுதட்டில் பற்றி நின்றிருந்த வியர்வைத் துளிகளை ஊதியகற்றினேன். "அந்தப் பெண்ணைப் போன்றில்லை. அவள் உடலில் எந்தத் தடயமும் இல்லை."

"பெண்ணா?"

"ஆமாம்." என்னையறியாமல் என் குரலில் ஒரு ஆர்வம் வந்தது. "மஞ்சள் முடியுள்ள ஒரு அழகி. பதினான்காவது அறையில் கிடக்கிறாள்."

திறந்திருந்த அந்த இழுப்பறையை ஸ்மித்தும், மக்லினும் நோட்டமிட்டுவிட்டு ஒருவரை ஒருவர் பார்த்துக் கொண்டார்கள்.

"என் டுள்ளிப் பையா!" மக்லின் என்னை உற்றுப் பார்த்தான். "சமீபத்தில் உன் உடல் நலத்திற்கு ஏதும் பிரச்சினை ஏற்பட வில்லையல்லவா?"

"அப்படியெதுவுமில்லை." என் நெற்றிச் சுருக்கங்களில் படிந்திருந்த வியர்வைத் துளிகள் குளிர்ந்து உறைவதுபோல எனக்குத் தோன்றியது.

"நன்றாகத்தானே தூங்குகிறாய்? கெட்ட கனவுகள் ஏதும் காண்பதில்லையே?"

"இல்லை." நான் சொன்னேன். "ஆனால் பதினான்காம் இழுப்பறையில் உள்ள மஞ்சள் முடிக்காரி... நீங்கள் அவளைக் கொண்டு வந்திருக்கவில்லையென்றால் பிறகு, கோலின்சோ, ஸ்னேல்லியோதான் அவளைக் கொண்டு வந்திருக்க வேண்டும். ஒருக்கால் அவர்கள் அவளைப் பற்றி அதிக விவரங்கள் தரக்கூடும்."

ஸ்மித்தும் மக்லினும் மெதுவாக என்னிடமிருந்து விலகிச் செல்லத் தொடங்கினார்கள். பிணவறையில் சற்று நேரத்திற்குக் கனத்த அமைதி நிலவியது. அதை உடைத்தது ஸ்மித்தின் பெருஞ் சிரிப்புதான்.

"பதினான்காம் அறையில் அழகான மஞ்சள் முடிக்காரி! அந்த சூனியக்காரி கிடந்த அதே அறையில்! பிரான்சன், இப்போது விஷயம் புரிந்துவிட்டது!" என்றான் ஸ்மித்.

மக்லின் சந்தேகமாக ஸ்மித்தைப் பார்த்தான். "உனக்குப் புரிந்துவிட்டது என்றா சொல்கிறாய்?"

"மிகச் சுலபம்!" ஒரு பெரிய சுமையை இறக்கி வைத்தது போலத்தான் அப்போது ஸ்மித் பேசினான். "நம் டுள்ளிப் பையனுக்கு அடிக்கடி சலிப்பு ஏற்படும். எப்போதும் இந்தப் பிணவறையில் தானே இருக்கிறான். அதனால்தான் அவன் நம்மை ஏமாற்ற ஒரு முயற்சி செய்திருக்கிறான். அப்படித்தானே டுள்ளி?"

நான் அப்போதுதான் அவர்களும் அந்தப் பெண்ணைப் பார்க்கவில்லை என்று புரிந்துகொண்டேன். நான் எவ்வளவுதான் முயன்றாலும் அவர்கள் அதைப் பார்க்கமாட்டார்கள் என்று எனக்குத் தெரிந்தது. அதனால் முடிந்தவரை உரத்த குரலில் நான் ஓங்கிச் சிரித்தேன். "இங்குள்ள சலிப்பைக் கொஞ்சம் போக்கிக் கொள்வதற்காகச் செய்த வேலைதான் இது. புரிந்ததா?" என்று நானும் அவர்களுடன் சேர்ந்துகொண்டேன். ஸ்மித் விளையாட்டாக என் வயிற்றில் குத்திச் சொன்னான்:

"பிணங்கள் சூடாகிவிடாமல் பார்த்துக்கொள்!" அவன் மீண்டும் சிரிப்புச் சரவெடியை ஒலித்துவிட்டு அந்த இடத்தைவிட்டு அகன்றான். ஆனால் மக்லின் ஒருவித ஆட்சேப பாவத்துடன் என்னை அடிக்கடி திரும்பிப் பார்த்துக்கொண்டு ஸ்மித்தைப் பின்தொடர்ந்தான். முன்புறக் கதவு அடைபட்டதில் எனக்குக் கோபம் வந்தது. அப்போது எனக்கு அவசியமாகத் துணை தேவைப்பட்டது. பிணவறையில் இருக்கும் உயிருள்ள ஒரே ஆள் என்ற நிலையில், அன்று நான் முதல் முறையாகப் பயம் என்றால் என்னவென்று உணர்ந்தேன். அச்சத்தால் என் வயிறு சுருங்கி ஒரு சிறிய எலுமிச்சை வடிவிலானது. அதி ஆழமான ஒரு பாதாளத்தின் மீது, உடையும் கண்ணாடியால் கட்டப்பட்ட பாலத்தின் வழியாக நடப்பதாகக் கொஞ்சம் கற்பனை செய்து பாருங்கள். ஏறத்தாழ நான் அதுபோலத்தான் பதினான்காம் அறையைக் கடந்தேன்.

"இங்கிருந்து போய்விடு." நான் செ.லா.விடம் முணுமுணுத்தேன்.

"நீ உண்மையல்ல. நீ ஒரு பிணமும் அல்ல. நீ வெறும் ஒரு பிம்பம்தான். என்னால் மட்டும் பார்க்க முடியும் ஒரு பிம்பம். அதனால் தயவு செய்து இந்த இடத்தைவிட்டுப் போய்விடு."

ஆனால் என் வார்த்தைகளால் எந்தவொரு பயனும் ஏற்படவில்லை. உண்மையில் அந்த வார்த்தைகள் என்னை மேலும் அச்சுறுத்தவே செய்தன. யதார்த்தத்தில் இல்லாத ஒரு பிணத்துடன் நான் பேசிய ரீதி என்னை மேலும் கலக்கமடையச் செய்தது. அலுவலகத்திற்குச் சென்று நாற்காலியில் சாய்ந்தபோதும் நான் நடுங்கிக்கொண்டிருந்தேன். சற்று நேரம் கடந்த பிறகுதான் நான் கொஞ்சம் அமைதியடைந்தேன்.

அப்போதுதான் மற்றொரு கருத்து என் மனதில் உதித்தது. அது எனக்கு உற்சாகமளித்தது. ஓலாபும், ஸ்மித்தும், மக்லினும்

கூட்டுச் சேர்ந்து என்னை ஏமாற்றுவதற்காகத் தீட்டிய திட்டம் தான் இது என்று எனக்குச் சந்தேகம் தோன்றியது. ஒருக்கால், கோலின்ஸும், ஸ்னேவ்லியும் செ.லா. வை பகல் பணியில் கொண்டு வந்து வைத்திருக்க வேண்டும். ஒரு கெட்டிக்காரக் கல்லூரி வாலிபனை சரியானபடி பயமுறுத்துவதற்கு இதைவிடச் சிறந்தது ஒன்றுமில்லை என்று அவர்கள் நினைத்திருக்க வேண்டும். சிந்திக்கச் சிந்திக்க எனக்கு மேலும் தைரியம் கிடைத்தது. அதன் உண்மை நிலையைத் தெரிந்துகொள்ள நான் ஒரு வழியைக் கண்டுபிடித்தேன். 'ஜட் லாரன்ஸ்'. இவர் என் அப்பாவின் கோல்ப் விளையாட்டுத் தோழர். குற்ற விசாரணைப் பிரிவில் சீருடை அணியாத துப்பறிவாளர். அவருக்கு என்னைப் பிடிக்குமென்று எனக்குத் தெரியும். உண்மையைச் சொன்னால் இந்த வேலையை எனக்கு வாங்கித் தந்ததும் ஜட்தான். உடனே நான் ஜட்டின் வீட்டுக்குத் தொலைபேசியில் தொடர்பு கொண்டேன். ஜட், மூன்று மணி முதல் பதினொரு மணி வரையிலான பணி நேரத்தில் இருப்பதாக அவர் வீட்டிலிருந்து தெரிந்துகொண்டேன். உடனே போலீஸ் தலைமையகத்தைத் தொடர்புகொண்டு கேட்டேன். அவர்கள் முதலில் ஜட் பணி முடிந்து சென்றுவிட்டார் என்று சொன்னாலும், லாக்கர் அறையில் இருந்த அவரை உடனே பேசச் செய்தார்கள்.

"திரு. லாரன்ஸ், நான் டுள்ளி பிரான்சன் பேசுகிறேன்."

"எப்படியிருக்கிறாய் டுள்ளி?"

"ஒரு சிறிய பிரச்சினை?"

"சொல்." அவர் குரலில் துளியளவுகூட சலிப்பு தென்பட வில்லை.

"இங்கே வந்த ஒரு சவம் தொடர்பான விவரங்கள் பதிவேட்டில் தெளிவாக எழுதப்படவில்லை. பெண். மஞ்சள் முடிக்காரி. செவிலிச் சீருடையில்தான் கொண்டு வந்திருக்கிறார்கள். பெயரின் தலைப் பெழுத்துக்கள் செ.லா. என்றிருக்கின்றன."

"டுள்ளி, விரிவான தகவல்களைத் தெரிந்துகொள்ள ஒலாப் டாலியைத் தொடர்புகொண்டால் போதாதா?"

"நீங்கள் சொல்வது சரிதான் ஐயா. ஆனால் பணி முடிந்து இங்கிருந்து சென்றுவிட்டால் அப்புறம் டாலியின் சுபாவம் எப்படியிருக்குமென்று தெரியுமல்லவா? நல்ல உறக்கத்திலிருந்து அவரை எழுப்பித் தொந்தரவு செய்ய எனக்கு மனம் வரவில்லை.

அவர் திடீரென்று மிகவும் கோபப்படுவார்" என்று நான் விளக்கினேன். அவரின் சூபீர்ச் சிரிப்பு பெரிதாகக் கேட்டது. "அவனைக் குற்றம் சொல்வதற்கு ஒன்றுமில்லை. அந்தப் பெண்ணைக் குறித்து உனக்கு இவ்வளவுதான் தெரியும், இல்லையா?"

"ஆமாம். நான் சொன்ன அத்தனையும் உண்மை. அவள் தவறானவளாக எனக்குத் தோன்றவில்லை. இயல்பான மரணமாக இருந்தால் அவளைத் தனியார் சவ அடக்க மையங்களுக்குக் கொண்டு சென்றிருப்பார்கள். அந்தப் பிணம் இங்கே வந்திருக்காது."

"சவம் பிணவறைக்கு வந்திருப்பதால், அது விபத்தின் மூலம் ஏற்பட்ட மரணம் என்றுதான் சந்தேகிக்க வேண்டும்" என்று ஜட் சுட்டிக் காட்டினார்.

"அப்படித்தான் இருக்க வேண்டும் என்று நானும் நினைக்கிறேன்."

"கொலையாக இருக்குமோ?"

"அதைத் தவிர வேறொன்றும் நடந்திருக்காது." நான் சொன்னேன். "சந்தேகச் சூழ்நிலைகள் கொண்ட மரணம்."

"சரி டுள்ளி. நான் கொஞ்சம் பார்க்கிறேன். தகவல் கிடைத்தால் தெரிவிக்கிறேன்."

"உங்களுக்குச் சிரமம் கொடுக்க நேர்ந்ததற்கு நான் மிகவும் வருந்துகிறேன்."

"சிரமமா? எனக்கு எந்தச் சிரமமும் இல்லை. சில தொலைபேசி அழைப்புகளிலேயே நான் இந்த வேலையை முடித்துவிடுவேன்."

"மிகவும் உதவியாக இருக்கும் திரு. லாரன்ஸ்." நான் தொலைபேசியைக் கீழே வைத்தேன். ஜட் லாரன்ஸின் தொலைபேசி அழைப்புக்காகக் காத்திருந்தேன். அதற்கிடையில் பிணவறையின் கண்ணாடிக் கதவின் வழியே மீண்டும் உள்ளே எட்டிப் பார்த்தேன். பதினான்காம் அறையில் அந்த உருவம் அப்போதும் அங்கேதான் இருந்தது. முதிய மனிதனைப்போல நான் மெல்ல மெல்ல நடந்து வந்து நாற்காலியில் அமர்ந்தேன். சற்று நேரம் கழித்து தொலைபேசி ஒலித்தது. நான் துள்ளியெழுந்து எடுத்தேன்.

"நகரப் பிணவறையிலிருந்து டுள்ளி பிரான்சன் பேசுகிறேன்."

"டுள்ளி, நான் ஜட் பேசுகிறேன்."

"ஏதும் விவரங்கள் கிடைத்ததா ஐயா?"

"கொலைக் குற்ற விசாரணைப் பிரிவில் கேட்டேன். நீ சொன்னதைப்போன்ற கேஸ் அங்கே இல்லை. கடந்த இருபத்து நான்கு மணி நேரத்திற்குள் செ.லா. என்ற முதலெழுத்துக்கள் கெண்ட ஒரு மஞ்சள் முடிப் பெண்ணைக் கொன்றதாக அறிக்கை இல்லை."

"ஓ!" மன அழுத்தத்தை சகித்துக்கொள்ள முடியாமல் நான் சொன்னேன்.

ஜட் தொடர்ந்து சொன்னார்:

"பிறகு செவிலிகளின் பதிவேட்டையும் பரிசோதித்தேன். நீ விவரித்த பெண் உருவத்துடன் ஒப்புமையுள்ள ஒரு செவிலி இருக்கிறாள். இள வயது. மஞ்சள் முடி. சமீபத்தில்தான் பயிற்சியை முடித்தாள். பெயர் செல்லா லாங்ட்ரி. 711 ஈஸ்ட் லாண்ட் அவென்யுவில் வசிக்கிறாள். சமீபத்தில்தான் நகர மருத்துவ மனையில் பணியாற்றத் தொடங்கினாள். அவளுக்கு இதுவரை எந்தப் பிரச்சினையும் இல்லை; கடந்த அரை மணி நேரத்திற்குள் ஏதாவது நடந்திருக்கவில்லையென்றால். மிகக் கடைசியாகக் கிடைத்த தகவலின்படி, அவள் இப்போதுதான் பணி முடிந்து புறப்பட்டிருக்கிறாள்."

ஜட் சொன்ன தகவல்களையும், பதினான்காம் அறையில் பார்த்த உருவத்தையும் ஒன்றாக ஆராய்ந்தபோது எனக்கு ஒரு விசித்திரமான பதில் கிடைத்தது. அந்த உள்ளுணர்வைச் சரியாக உணர்ந்துகொண்டபோது என்னையறியாமல் என் தலை ரோமங்கள் குத்திட்டு நின்றன.

"திரு. லாரன்ஸ், ஏதோ காரணத்தால் செல்லா லாங்ட்ரி உயிருடன் வீட்டுக்குச் செல்ல மாட்டாள் என்று என் மனம் சொல்கிறது." நான் சொன்னேன்.

"என்ன? நீ என்ன சொல்கிறாய்?" ஜட் கேட்டார்.

"என்டோரினைச் சேர்ந்த நான்காம் சூனியக்காரி..." நான் முணுமுணுத்தேன். "நல்ல இதயம் படைத்தவளாயிருந்தாள் அவள். யாரையும் அழிக்க வேண்டும் என்று கெட்ட மந்திர வித்தைகள் செய்ததில்லை. நன்மைக்கான நோக்கோடுதான் அவள் மந்திரங் களைப் பிரயோகித்தாள்."

“நீ ஏதோ கண்டபடி புலம்பிக்கொண்டிருக்கிறாயே, அது என்ன?” ஜட் கண்டிப்புடன் கேட்டார். “டுள்ளி, அதிகமாகக் குடித்துவிட்டாயா?”

“இல்லை ஐயா.”

“உன் உடம்புக்குப் பிரச்சினை ஒன்றுமில்லையே?”

“எனக்கு... ஆமாம்... மிகவும் நன்றி திரு. லாரன்ஸ்.”

இருபது நிமிடங்கள் கடந்தபோது என் வாகனம் ஈஸ்ட் லாண்ட் அவென்யுவைச் சென்றடைந்தது. வாகனத்தை ஓரமாக நிறுத்திவிட்டு வீடுகளின் எண்களைப் பார்த்து நடக்கத் தொடங்கினேன். பிரதான சாலையிலிருந்ததால் 711-ஆம் எண்ணுள்ள வீட்டைக் கண்டுபிடிப்பதில் எனக்குச் சிரமமொன்று மில்லை. வெள்ளை நிறம் பூசப்பட்ட ஒரு சிறிய கட்டடம் அது. வீடுபோன்ற சிறியதொரு வாசல். அந்த வீட்டின் தோற்றப் பொலிவு, சுற்றுப் புறத்திலுள்ள குறைந்த வருமானக்காரர்களின் வீடுகளிலிருந்து தனித்து நிற்க முயல்வதைப் போன்றிருந்தது. இரவுப் பொழுதானபோது அடர்ந்த இருட்டு பரவியது. அமைதியான சூழல்.

“நீ ஒரு பயித்தியக்காரனடா!” என்று என்னை நானே இகழ்ந்துகொண்டு அந்த வீட்டுப்படியில் நின்றேன். அப்போது தான் ஜங்ஷனிலிருந்து ஒரு டீசல் எஞ்சினின் ஓசை கேட்டது. நான் அந்தத் திசையைப் பார்த்தேன். ஒரு நகரப் பேருந்து அகன்று சென்றது.

ஈஸ்ட்லாண்டின் வழியாக ஒரு பெண்ணுருவம் என்னை நோக்கி நடந்து வருவதை, மேப்பிள் மரத்தின் கீழே நின்று நான் பார்த்தேன். பேருந்திலிருந்து இறங்கியது அவள் மட்டும் அல்ல, அவள் பின்னால் இன்னொரு உருவமும் நடந்து வந்தது. பருமனும் நல்ல உயரமும் உள்ள ஆண். அந்தக் காட்சியைப் பார்த்தபோது என் மூச்சே நின்றுவிட்டதுபோல எனக்குத் தோன்றியது. தன்னைப் பின்தொடர்ந்து யாரோ வருகிறார்கள் என்ற பிரக்ஞை அவளுக்கும் ஏற்பட்டது. அவள் வேகமாக நடக்கத் தொடங்கினாள். அதுபோன்று அவனும் நடக்கத் தொடங்கினான். பின்னால் திரும்பிப் பார்த்துவிட்டு அவள் நடை வேகத்தை அதிகப் படுத்தினாள். ஏறத்தாழ ஓடுவதுபோல. ஆணின் ஷூக்கள் பட்பட்டென்று நடைபாதையில் பதிந்தெழும் ஓசையை நான் கேட்டேன். அலறினாள் அவள். அவளை இறுக்கிப் பிடித்தான்

அவன். அவர்கள் நடைபாதையில் மல்லுக்கட்டத் தொடங்கினார்கள். முழங்கையால் அவன் அவள் கழுத்தை இறுக்கினான். அவளோ, அவனது மரணப் பிடியிலிருந்து தப்புவதற்காக துள்ளித் துடித்துக்கொண்டிருந்தாள்.

மேப்பிள் மரத்தின் கீழிருந்து நான் பாய்ந்து சென்றேன். என் மனக் காட்சியில் போருக்குச் செல்கிற படை வீரனை வாழ்த்தும் கூச்சல்களும், தாரை தப்பட்டைகளும் முழங்கின. எதிரியை வெல்லப் பாய்ந்தோடும் வீர நாயகனைப்போல நான் ஓடினேன். நான் ஓடி வரும் சத்தத்தை அவன் கேட்டான். அவளை விட்டுவிட்டு என்னை நோக்கித் திரும்பினான். தோள்களைக் குனிந்துகொண்டு நான் அவன் வயிற்றில் ஓங்கிக் குத்தினேன். திடீரென்று அவன் முழங்காலைத் தூக்கி என் தாடையில் தாக்கினான். வலி பொறுக்க முடியாமல் நான் நடைபாதையில் அப்படியே அமர்ந்துவிட்டேன். அந்த நேரத்தைப் பயன்படுத்திக் கொண்டு ஓடித் தப்பித்தான் அவன். அவளது மென்மையான, ஆயினும் வலுவான கரங்கள் என்னைத் தூக்கி எழச் செய்தன. வாழ்வில் முதன் முறையாக நான் செல்லா லாங்ட்ரியின் கண்களைப் பார்த்தேன். கவின்மிகு கண்கள். அந்த இருளிரவில், நன்றியின் வெளிச்சத்தை அந்த அழகுக் கண்களில் பார்த்தேன்.

"உங்களுக்கொன்றும் பிரச்சினையில்லையே?" பேசும் சக்தி வந்த பிறகு நான் கேட்டேன்.

"ஆபத்து நேர்வதற்கு முன்பு நீங்கள் உதவி செய்து காப்பாற்றிவிட்டீர்கள். மிகவும் நன்றி. உங்களுக்கு எப்படியிருக்கிறது?"

"ஒன்றுமில்லை. இப்போது பிரச்சினையொன்றுமில்லை."

"நீங்கள் சரியான நேரத்திற்கு வந்தது என் அதிர்ஷ்டம்." செல்லா சற்று இயல்பு நிலைக்கு வந்திருந்தாள்.

"நா...ன், நா...ன் சும்மா இந்த வழியாக வந்துகொண்டிருந்தேன். உங்கள் வீடுவரை நானும் வருகிறேன். உங்களைத் தாக்க வந்தவன் குறித்து இனி போலீஸிஸ் புகார் செய்வதால் பயனொன்றும் இல்லை. அவனைச் சரியாகப் பார்க்கக்கூட முடியவில்லை. அதனால் எப்படியும் அவனைப் பிடிக்க முடியாது."

"நான் வீட்டுக்குச் சென்றுகொண்டிருந்தேன். என் வீடு இங்கே பக்கத்தில்தான் இருக்கிறது." செல்லா சொன்னாள்.

நாங்கள் ஒன்றாக நடந்தோம். போகும் வழியில் அவள் தன் பெயர் செல்லா என்று சொன்னாள். அவள் வீட்டுக்கு முன்னால் வந்தபோது நான் நின்றேன். அவளும் நின்றாள். நாங்கள் ஒருவர் முகத்தை ஒருவர் பார்த்துக்கொண்டு சற்று நேரம் நின்றோம். எப்போதாவது தொலைபேசியில் அழைப்பீர்களா என்று நான் கேட்டேன். அருகில் தொலைபேசி உள்ள போதெல்லாம் உங்களை அழைப்பேன் என்றாள் அவள். அவள் மெதுவாக வீட்டுக்குள் செல்வதைப் பார்த்துக்கொண்டிருந்தேன். பிறகு உல்லாசமாகச் சீழ்க்கையிட்டபடி என் வாகனத்தை நோக்கி நடந்தேன்.

திரும்பி பிணவறைக்குச் சென்றவுடனே பதினான்காம் அறையை நோக்கி ஓடினேன். என் கணக்கீடுகள் சரிதான் எனில் செல்லா லாங்ட்ரியின் உருவம் அதில் இருக்காது என்று எதிர்பார்த்தேன்.

அவளை மரணத்தின் வாயிலிலிருந்து காப்பாற்றிவிட்டேன் ஆகையால், அந்த உருவம் பதினான்காம் அறையிலிருந்து மறைந்திருக்கும் என்று நின்று அதனுள்ளே உற்றுப் பார்த்தேன். என் கணக்கீடுகள் ஏறத்தாழ சரியாக இருந்தன. செல்லா லாங்ட்ரியின் உருவம் அதில் இல்லை. அதற்குப் பதில், ஒரு சிவப்பு முடிக்காரியின் அழகான உடல் அதில் கிடந்தது.

※

3. கறுப்புத் தொப்பி

- மேரி.இ. நட்

கென்ட்ரிக் வாரன் எப்படி முற்றிலும் தனியனாக வாழ்ந்திருந்தாரோ, அப்படியேதான் இறந்தும் போனார். தினமும் கொண்டுபோய் போடும் பத்திரி கைகள், குவியலாகக் கிடப்பதைப் பார்த்த பேப்பர் பையன்தான் நகரப் போலீஸ்காரர் மார்ஷலுக்கு விவரம் தெரிவித்தான். போலீஸ்காரர்கள் வந்து, அரை நிர்வாணமாகக் கட்டிலில் கிடந்த கென்ட்ரிக் கைப் பார்த்தார்கள். ஒரு கையில் பழைய அசிங்கமான தலையணையுடன் இறந்து கிடந்த கென்ட்ரிக் வாரனுக்கு எண்பத்தியொரு வயது.

வயசாளிகளான நாங்களெல்லாம் மயானச் சடங்கு களில் கலந்துகொண்டுவிட்டு அவரைக் கல்லறைக்கு வழியனுப்பினோம். நான் மற்றவர்களைப் பார்த்துக் கொண்டிருந்தேன். அணிந்திருக்கும் கறுப்பு சூட்டுக்குள், மெலிந்து வறண்ட உடல்களைச் சுமந்துகொண்டு நிற்கின்ற கிழவர்கள். முதுமை விகார மாக்கிய உடல்களுடன் நிற்கின்ற மூதாட்டிகள், தலையில் அழகான தொப்பிகளை அணிந்திருந் தார்கள். சடங்குகள் முடிந்தபோது அவர்களெல்லாம் இரங்கல் தெரிவிப்பதற்காக, கென்ட்ரிக்கின் ஒரே ஒரு உறவினரை நெருங்கினார்கள். அந்த உறவினரைப் பற்றி மேலும் தெரிந்துகொள்வதற்கான ஆசைதான் அவர்களையெல்லாம் அவரருகே செலுத்தியது என்று நான் யூகித்தேன்.

கென்ட்ரிக்கின் எல்லாப் பொருட்களிலும் தேடிப் பார்த்த போது அவர் உறவினரின் பெயரும் முகவரியும் கிடைத்தது. அப்படித்தான் அந்த உறவினர் சவ அடக்கத்திற்கு இங்கே வந்தார். வெற்றிகளின் குறியீடாக, கனகம்பீர பாவத்துடன் நின்றிருந்த நோலன் வாரன், இரங்கல்களையெல்லாம் பெற்றுக்கொள்வதற்கு முற்றிலும் தகுதியானவர் என்று தோன்றியது. ஒரு மனிதனுக்குக் கிடைக்கக்கூடியதிலேயே மிகப் பெரிய அடியைத் தன் சகோதரனுக்குக் கொடுத்த நோலன், மற்றவர்களிடமிருந்து இரங்கல்களைப் பெற்றுக்கொள்வதை என்னால் சகித்துக் கொள்ள முடியவில்லை. அது கௌரவமற்ற செயலாக எனக்குத் தோன்றியது. கென்ட்ரிக்கின் சவ அடக்கச் சடங்கில் தேவாலயப் பாதிரியார் சொன்ன வாசகம் எனக்கு நினைவு வந்தது:

"கென்ட்ரிக் வாரனின் உறவினர்களில் இப்போது உயிருடன் இருப்பது அவரது சகோதரர் நோலன்வாரன்தான். நோலன், விஸ்கோண்டியில் மில்வாகீயில் வசிக்கிறார். கென்ட்ரிக்கின் மகனான போல் வாரன் பல வருடங்களுக்கு முன்பு இறந்து விட்டார்."

கென்ட்ரிக்கின் வாழ்வை நாசமாக்கிய ரோமாவைப் பற்றி அவர் எதுவுமே சொல்லவில்லை. ரோமா என் அப்பாவின் சகோதரி.

வாய் பிளந்து கிடந்த சவக் குழியும், சூரிய ஒளியில் ஒளிர்ந்து கொண்டிருந்த மயானமும் என் பார்வையிலிருந்து மறையத் தொடங்கின. என் சிந்தனைகள் பின்னோக்கிச் சென்றன. கறுப்பு நிற சூட் அணிந்து அதில் ரோஜாப் பூக்கள் செருகியிருந்த என் மனைவியும் என் மனதிலிருந்து மறைந்தாள். நான் ஒரு ஏழு வயதுப் பையனானேன்.

அப்பா, மாமாவையும் அத்தையையும் அழைத்துக் கொண்டுவர வண்டியுடன் பத்து மைல் தூரத்தில் உள்ள ட்ரினிட்டிக்குச் சென்றிருந்தார். மாமாவும் அத்தையும் இங்கே நிலையாகத் தங்குவதற்கு ரயிலில் வந்துகொண்டிருந்தார்கள். பொழுது மிகவும் இருட்டியபோது கல் பாவிய தரையில் கடகடவென்று வண்டியின் ஓசை கேட்டது. அம்மா அவர்களை வரவேற்க ஓடிச் சென்றார்கள். திறந்த வாயில் வழியே ஒளி பெருகி வந்தது. மற்ற பிள்ளைகளெல்லாம் வாயிலின் அருகே கூட்டம் சேர்ந்து நின்றார்கள். கூச்ச சுபாவக்காரனான நான் அதன் பிறகும் பின்னால் விலகி நின்றேன். அறிமுகமற்றவர்களைப் பார்க்கும்போது எனக்கு அதிகமான வெட்கம் ஏற்படும். வாயிலுக்கு அந்தப்

பக்கத்திலிருந்து பெரியவர்களின் குரல்கள் ஒலித்தன. அவர்கள் உணர்ச்சிவசப்பட்டு என்னென்னமோ கசமுசாவென்று பேசிக்கொண்டார்கள். சற்று நேரத்திற்குப் பிறகு பெட்டி படுக்கைகளைச் சுமந்து அவர்கள் உள்ளே வந்தார்கள். அறிமுகமற்ற ஒரு பெண், மேசையை ஒட்டிச் சாய்ந்து நின்றிருந்த என்னைக் கவனித்துப் பார்த்தாள். அவள் என்னை நெருங்கி என் தாடையை மெல்லத் தூக்கி என் முகத்தை உற்றுப் பார்த்தாள்.

"நான் இதுவரை பார்த்திராத ரெக்ராண்ட் இவன்தானே?" என்று அவள் உற்சாகமாக அம்மாவிடம் கேட்டாள். "பெல்லா, இவன் உன்னைப்போல இருக்கிறான்" என்ற அவள் மீண்டும் என்னைப் பார்த்தாள். "இனி என் போலுக்கு நீதான் தோழனாக இருக்க வேண்டும். அவனைவிட உனக்கு நான்கு வயது அதிகமாக இருந்தாலும் இனி நீதான் அவனது விளையாட்டுத் தோழன்." சட்டென்று அவள் நிமிர்ந்து அப்பாவைப் பார்த்தாள். அப்பாவின் கையில் நான் அறிந்திராத சிறு குழந்தையொருவன் இருந்தான்.

"ஜான், மகனை என்னிடம் கொடுங்கள். இவர்களெல்லாம் அறிமுகமாகட்டும். நண்பர்களாக இருக்க வேண்டியவர்கள் அல்லவா."

அவள் அப்பாவிடமிருந்து அந்தக் குழந்தையை வாங்கி என் முன்னால் நிறுத்தினாள். அவன் முத்தாலான பித்தான்கள் பொருத்தப்பட்டிருந்த ஒரு சிவப்பு அங்கி அணிந்திருந்தான். அந்தக் குட்டிப் பையன் பெரிய கருங் கண்களை மலர்த்தி சற்றுக் கௌரவமான பாவத்தில் என்னைப் பார்த்தான். அவன் எதுவும் பேசவில்லை. நானும் எதுவும் பேசவில்லை. என் உடன் பிறப்பு களைவிடவும் அவன் என் அன்பிற்குரியவன் ஆவான் என்று எனக்குத் தெரியவில்லை. அன்று என் கவனம் முழுவதையும் அபகரித்தது அத்தைதான். வெல்வெட்போன்ற மென்மையான அந்தக் கைகளும், உயரமான மெலிந்த உடல் அமைப்பும், மான் குட்டி நிறமுள்ள சூட்டும், சித்திரத் தையல் வேலைப்பாடுகள் கொண்ட நீளமான மேற்சட்டையும், தவிட்டு நிறமான அந்தப் பெரிய கண்களில் உள்ள சிரிப்பும், அடர்ந்த தலை முடியை ஆட்டி தலையை ஒரு புறமாகச் சாய்த்துப் பார்க்கிற நிலையும், கடும் சிவப்பு வெல்வெட் பூக்கள் தைத்து இணைக்கப்பட்ட அந்தக் கறுப்புத் தொப்பியும் என்னை மிக மிகவும் கவர்ந்தன. எங்களுக்கு அப்போது வசீகரம் என்னும் வார்த்தைகளுக்குப் பொருள் என்னவென்று தெரியவில்லை. ஆனால் அந்தப் பெண் அதைத்தான், விளக்குகள் ஏற்றி வைத்திருந்த எங்கள் அறைக்குக் கொண்டுவந்தாள்.

அப்பாவுக்கும் அந்தப் பெண்ணுக்குமிடையே வயது வித்தியாசம் அதிகம். நிரந்தரமாக வசிப்பதற்காக எங்கள் கிராமத்துக்கு வரும்போது அவளுக்கு இருபது வயதுகூட முடியவில்லை. கென்ட்ரிக்குக்கும் மிகவும் சிறு வயது. விரைவில் கோபப்பட்டு விரைவில் குளிர்ந்துவிடக்கூடிய சுபாவம் அவருக்கு. ஆயினும் கென்ட்ரிக் ஒரு தோழமை மனோபாவம் கொண்டவராக இருந்தார். அவர் உயரம் குறைந்தவராக இருந்தாலும் உழைக்கக் கூடியவர். ஆனால் தொடக்க காலங்களில் அவர் காட்டிய உற்சாகமெல்லாம் பயன்தரக்கூடிய விளைவுகளைக் கொடுக்க வில்லை. நல்ல உழைப்பாளியான கென்ட்ரிக், குடும்ப வாழ்க்கையைத் தொடங்கியபோதே, நிறைய ஏமாற்றங்களைச் சந்திக்க வேண்டிவந்தது. அதனால்தான் அவர், மேற்குப் பகுதியி லிருந்த அவரது விவசாய நிலங்களைக் கைவிட்டு எங்கள் ஊருக்கு வந்தார். ஆனால் கென்ட்ரிக்கும் அவர் குடும்பமும் வந்தபோது எங்கள் ஊரில் நல்ல விவசாய நிலங்கள் எதுவும் கிடைக்கவில்லை. அதனால்தான் அவர்கள் நதிக்கரைக்குப் பக்கத்திலிருந்த ஒரு வறண்ட நிலத்தில் வீடு கட்டினார்கள். அந்த நதி புதர்ச் செடிகள் மட்டும் உள்ள ஒரு பாலைவனத்திற்குப் பக்கத்தில், அதை அவ்வளவாகக் கவனிக்காமல் சென்றுகொண்டிருந்தது. அங்கே இரண்டு அறைகள் கொண்ட ஒரு சிறிய குடில் அமைத்து கென்ட்ரிக்கும் ரோமாவும் வசிக்கத் தொடங்கினார்கள். நாங்கள் பல முறை அங்கே விருந்திற்குச் செல்வோம். அதுபோல அவர்களும் எங்கள் வீட்டுக்கு வருவார்கள். இரண்டு வீடுகளுக்கும் இடையில் ஏறத்தாழ இரண்டு மைல் தூரம்தான் இடைவெளி. அங்கும் இங்கும் சென்று வந்து கொண்டிருந்தோம் என்றாலும், கென்ட்ரிக் மாமா ட்ரினிட்டிக்குச் செல்கிற நாட்களில் நான் மிகவும் மகிழ்ச்சியாக இருந்தேன். ஏனெனில் மாமா, ட்ரினிட்டிக்குச் செல்லும் வழியில் ரோமாவையும், போலையும் எங்கள் வீட்டில் விட்டுச் செல்வார். மாமாவின் குதிரை வண்டி காலையிலேயே குன்றேறி வரும். 'ஒயிட் பேப்' மற்றும் 'பிளாக் டோப்ஸி' ஆகிய இரண்டு குதிரைகள் அந்த வண்டியே இழுத்துக்கொண்டு வரும். குதிரைகளின் குளம்படிச் சத்தம் கேட்கும்போதே எங்கள் வளர்ப்பு நாய் குரைக்கத் தொடங்கும். கென்ட்ரிக் மாமா, சாட்டையைச் சுழற்றி குதிரை களை ஓட்டுவார். ரோமா, போலை மார்புடன் அணைத்தபடி பின்னால் அமர்ந்திருப்பாள். போலை மெத்தை விரிப்பில் சுற்றி நெஞ்சோடு சேர்த்துப் பிடித்து அழைத்து வருவாள். ஏனென்றால் அவன் எப்போதும் உறக்கத்தில் ஆழ்ந்திருப்பான். நல்ல குளிரான நாளாக இருந்தாலும் ரோமா கறுப்பு நிறத் தொப்பி

அணிந்திருப்பாள். காரில் பயணம் செய்யும் பெண்கள் அணிந்திருப்பதுபோன்று, தொப்பியில் ஒரு கைக் குட்டையையும் அணிந்திருப்பாள். நீல நிற மெல்லிய கைக்குட்டை அது. கென்ட்ரிக் அவர்களை எங்கள் வீட்டில் இறக்கிவிட்டுவிட்டு, நேராக ட்ரினிட்டிக்குச் செல்வார். ரோமா எங்களுடன் பகல் முழுதும் உற்சாகமாக இருப்பாள். அம்மாவுக்கு உதவி செய்வாள். சகோதரிக்கு உதவி செய்வாள். பேசிச் சிரிப்பாள். இடையிடையே போலைத் தூக்கி மடியில் வைத்துக் கொண்டு கதை சொல்வாள். அவள் சொல்கிற பழைய கதைகளை நான் பக்கத்தில் அமர்ந்து கண்களை முழித்துப் பார்த்துக் கேட்டுக்கொண்டிருப்பேன்.

"முன்னொரு காலத்தில் ஒரு இடத்தில் ஒரு ஆலை உரிமையாளன் இருந்தான். அவனுக்கு மூன்று மகன்கள் இருந்தார்கள்..." இந்தக் கதை, இல்லையென்றால் பாட்டுப் பாடுவாள். 'முதியவர் ரோகர்' என்னும் பழுது பார்ப்பவரைப் பற்றி ஒரு தமாஷ் பாட்டு.

ஒரு நாள் காலையில் வழக்கம்போல அத்தையும் போலும் வந்தார்கள். மாமா ட்ரினிட்டிக்குச் சென்றார். மதிய உணவுக்குப் பிறகு அத்தையின் தன்மை மாறியது. உற்சாகமும் தமாஷும் பட்டென்று மறைந்தது. அவள் பொறுமையற்று ஒவ்வொரு அறைக்கும் சென்று சன்னல் வழியே வெளியே பார்த்துக் கொண்டிருந்தாள். அவள் குறிப்பாக போலைக்கூட கவனிக்க வில்லை. என்னவோ சிந்தித்தபடி பதற்றத்துடன் அறைக்குள் அங்கும் இங்கும் நடந்துகொண்டிருந்தாள்.

"கிராண்டிடம் சொன்னால் அவன் உனக்குப் பூனைக் குட்டிகளைக் காட்டுவான் போ" என்று அவள் போலை விலக்கிவிட்டுக்கொண்டிருந்தாள். இப்போதும் எனக்கு அந்தக் காட்சி நினைவிருக்கிறது. தெற்குப் புறத்தில் உள்ள சன்னலுக்குப் பக்கத்தில்தான் அவள் நின்றிருந்தாள். அந்தி மயங்கும் நேரம். ஆளற்ற சாலையையே பார்த்துக்கொண்டு, மனக் கொந்தளிப்பை அடக்க முடியாமல் ஸ்கர்ட்டைப் பிடித்துக்கொண்டு நிற்கும் ரோமா கண் முன்பு குதிரை வண்டி தெரிந்தபோதுதான் அவள் மகிழ்ச்சியடைந்தாள். சிறு பிள்ளைகளைப்போல சந்தோஷமாகத் துள்ளிக் குதித்தாள். விளையாடிக்கொண்டிருந்த போலைத் திடீரென்று தூக்கிக்கொண்டு அறையைச் சுற்றி வந்தாள். "அப்பா வந்துவிட்டாரே! நமக்கு ஏதும் நல்ல பொருட்கள் கொண்டு வந்திருப்பாரா?"

வரும்போதெல்லாம் கென்ட்ரிக் ஏதாவது கொண்டு வருவார். ஆரஞ்சு மிட்டாய்ப் பொட்டலம், ரோமாவுக்குத் துணி வகைகள், நாய்க்குட்டி.... இப்படி ஏதாவது. ஆனால் உண்மையைச் சொன்னால் ட்ரினிட்டிக்குச் சென்றுவிட்டால் கென்ட்ரிக் அங்குள்ள மது விடுதிகளையும், சூதாட்ட விடுதிகளையும் விட்டு வருவதற்குச் சற்றுத் தயங்குவார். சில நாள் இரவுகளில் அவரது குதிரை வண்டி வராமலிருந்ததும் உண்டு. அப்படியான இரவுகளில் போல் என்னுடன் படுத்திருப்பான். ரோமா என் சகோதரியுடன் படுத்திருப்பாள். காலையில் சூரிய உதயத்தின்போது கென்ட்ரிக், குதிரை வண்டியில் கடகடவென்று வருவார். குதிரைகளை லாயத்தில் கட்டிப்போட்டு விட்டு விரைவாக வீட்டுக்குள் வருவார். அப்போது கென்ட்ரிக்கின் வாயிலிருந்து, குறித்த ராகம் ஏதுமற்ற சீழ்க்கையும், விஸ்கியின் மணமும் வெளியே தாவும். அவ்வகையான நாட்களில் காலை உணவு ஒரு பெரிய தலைவலியாக மாறும். பெரிய ஆண்கள் எதுவும் நடக்காததுபோல காட்டிக்கொள்வார்கள். அம்மாவும் ரோமாவும் அதையெல்லாம் அமைதியாகப் பார்த்துக்கொண்டிருப்பார்கள். கென்ட்ரிக்கின் இத்தகைய நடத்தைகளை ரோமா எப்படிக் கையாள்கிறாள் என்று எங்களுக்குத் தெரியாது. கென்ட்ரிக்கின் குணக் குறைபாடுகளை எப்படிச் சகித்துக்கொள்கிறாள் என்றும் எங்களுக்குத் தெரியாது. பிற்பாடு அவர்களிடையே நடக்கக்கூடிய உரையாடல்களைப் பற்றியும் நாங்கள் சிந்தித்ததில்லை. ஆனால் இதுபோன்ற சறுக்கல்கள் கென்ட்ரிக்கிடம் குறைவான சந்தர்ப்பங்களில்தான் ஏற்படும் என்பது உண்மை.

அவர்கள் வந்து வசிக்கத் தொடங்கியதற்குப் பிறகான வருடங்களில், தக்க சமயத்தில் மழை பொழிந்தது. கோதுமையும், ஓட்ஸும் நன்கு விளைந்தன. விவசாயம் சிறப்பாக நடந்தது போல ஆடு மாடுகளும் தடித்துக் கொழுத்தன. இரண்டாம் வருட கோடை விடுமுறை வந்தபோது கென்ட்ரிக், தன் தம்பி நோலனை வரவழைத்தார். நல்ல உயரமும், நிறமும்கொண்ட இளைஞனாக இருந்தான் நோலன். அதிகம் பேசாத இயல்பு. ஆனால் நோலனுக்கு ஒரு சிறப்பம்சம் இருந்தது. அழகான சிரிப்பு. கஞ்சத்தனமில்லாமல் அனைவருக்கும் அதைப் பரிசளிக்க எப்போதும் நோலன் தயாராக இருந்தான். அவனிடம் ‘ஸ்போர்ட்’ என்னும் பெயருடைய ஒரு நாயும் இருந்தது. கம்பை எரிந்தால் ஓடிச் சென்று அதை எடுத்துக்கொண்டு வரும் திறமையுள்ள நாய். ஒரு முறை நோலன் எனக்கு, சணலையும் மரக் குச்சிகளை.பும் பயன்படுத்தி வில் செய்வது எப்படியென்று சொல்லித் தந்தான்.

அந்த வருடம் கென்ட்ரிக், விவசாயத்தில் கொஞ்சம் பணம் சம்பாதித்தார். வீட்டு வேலைகள் பலவற்றை நோலனிடம் ஒப்படைத்துவிட்டு அறுவடை வேலைக்குச் சென்றார். வயலிலிருந்து கிடைக்கும் பணத்தை வைத்து மேலும் இரண்டு அறைகள் கட்ட வேண்டும் என்பதுதான் கென்ட்ரிக்கின் திட்டம். கடந்த முறை ரோமா வீட்டுக்கு வந்தபோது, நாற்காலி போன்ற அறைப் பொருட்கள் வாங்குவதைப் பற்றியும், அவற்றையெல்லாம் அறைகளில் இடுவதைப் பற்றியும் பேசினாள். சர்வசாதாரணமாக எங்கும் நடக்கக்கூடியதுதான் கென்ட்ரிக்கின் வீட்டிலும் நடந்தது. ஆணும் பெண்ணும் மாதக்கணக்காக ஒரே கூரையின் கீழிருந்தால் எப்படி நெருங்காமல் இருப்பார்கள்? அதுதான் நடந்தது. ஆனால் அவர்கள் அதை ரகசியமாக வைத்திருக்கவில்லை. அக்டோபர் மாதத்தில் அவர்கள் ஓடிச் சென்றார்கள். அதுவும் மக்கள் எல்லோரும் பார்க்கும்படி.

அன்று நான் அப்பாவுடன் நடந்து வந்துகொண்டிருந்தேன். தானியக் களஞ்சியத்தின் பக்கத்தில் உள்ள நடைபாதையில் பனி விழுந்த ஈரம் இருந்தது. காலையில் பால் வாங்கிக் கொண்டு அந்த வழியாக நாங்கள் வரும்போதுதான் அந்தக் காட்சியைப் பார்த்தோம். குதிரை வண்டி மிக விரைவாக வந்துகொண்டிருந்தது. எங்கள் முகப்புக் கதவை நெருங்கியும் அவர்கள் வேகத்தைக் குறைக்கவில்லை. வண்டி பக்கத்தில் வந்தபோது நாங்கள் அதில் கென்ட்ரிக்கைப் பார்க்கவில்லை. மாறாக நோலன் வண்டியோட்டிக் கொண்டிருந்தான். அவனுக்குப் பக்கத்தில் ரோமா அமர்ந்திருந்தாள். அவளுடன் போல் இல்லை. அவள் மான்குட்டி நிறமுள்ள சூட்டும், கறுப்புத் தொப்பியும் அணிந்திருந்தாள். தொப்பியின் மீது நீலக் கைக் குட்டையைக் கட்டி வைத்திருந்தாள். குதிரை வண்டி விரைந்து பாய்ந்து சென்றபோது, அவளது குனிந்த முகத்தையும், கீழே நோக்கும் கண்களையும், கையுறையிட்ட கரங்களை மடியில் வைத்திருப்பதையும் நான் பார்த்தேன். வீட்டுக்குச் சென்றபோது அம்மாவும் திரையினிடையே அந்தக் காட்சியைக் கவனிப்பதை நாங்கள் பார்த்தோம். உண்மையில் எங்களால் ஆர்வத்தை அடக்க முடியவில்லை. சூரியன் மறைந்தபோது போல், நோலனின் நாயுடன் வீட்டுக்கு வந்தான். அவன் அங்கி அணிந்திருக்கவில்லை. ஷூக்களின் பித்தான்கள் பொருத்தப்பட்டிருக்கவில்லை. குளிரில் ஜலதோஷம் பிடித்து அவன் மூக்கு ஒழுகிக் கொண்டிருந்தது. அழுக்கும் கண்ணீரும் படிந்த அந்த முகத்தை, அம்மா சுடுநீரால் கழுவிச்

சுத்தமாக்கினார்கள். அப்போதெல்லாம் அம்மா அவனிடம் கேள்விகள் கேட்டுக்கொண்டிருந்தாள்.

"அப்பா, வீட்டுக்குத் தேவையான மரப் பலகைகள் வாங்கச் சென்றார். அம்மாவும், நோலனும் நகரத்திற்குச் சென்றார்கள். அப்பா வருவதுவரை வீட்டில் இருக்க வேண்டும் என்று அவர்கள் சொல்லியிருந்தார்கள். ஆனால் அப்பா இதுவரை வரவில்லை. வீட்டில் மிகவும் குளிராக இருந்தது."

போல் தேம்பித் தேம்பி அழுதுகொண்டு அம்மாவின் உடையில் முகம் புதைத்தான். அப்பாவும் என் அண்ணனும் உடனே குதிரையில் ஏறி கென்ட்ரிக்கின் வீட்டுக்குச் சென்றார்கள். அப்போது அங்கே யாரும் இல்லை. பெரிய குதிரை வண்டியும் மர வண்டியும் இல்லை. எனவே போல் சொன்னது உண்மையாகத் தான் இருக்கும் என்று நாங்கள் யூகித்தோம். போல் எங்களுடன் இருப்பதாக ஒரு குறிப்பு எழுதி வைத்து விட்டுத்தான் அப்பாவும் அண்ணனும் திரும்பினார்கள்.

ஏறத்தாழ ஒரு நாள் கடந்த பிறகு கென்ட்ரிக் வந்தார். அவர் வெளிறி நடுங்கிக்கொண்டு உள்ளே வந்தார். போல் எங்களுடன் நன்றாக இருப்பதைப் பார்த்த பிறகு தன்னைக் கட்டுப்படுத்திக் கொள்ள முடியாமல் குமுறி அழுதார். அன்றைய நாள் வரையில் ஒரு ஆண் அழுததை நான் பார்த்ததில்லை. இப்படியொரு காட்சியை மீண்டும் பார்ப்பதற்கும் நான் விரும்பவில்லை.

"பெல்லா, தயவு செய்து என் மகனையும் பார்த்துக்கொள்." அவர் கெஞ்சினார். "அவன் அம்மா போய்விட்டாள். இனி அவனை என்னால் பார்த்துக்கொள்ள இயலாது. நான் பணம் தருகிறேன். எப்படியாவது போலை நீங்கள் வளர்க்க வேண்டும்."

ஓடிப்போன செய்தியை ஊர்க்காரர்கள் அறிந்தவுடன் அனுமானங்களும் அபவாதங்களும் காட்டுத் தீபோலப் படர்ந்து பரவின. பெரியவர்கள் என்னைப் பார்த்ததும் பட்டென்று அமைதியடைவார்கள். என் அத்தையைப் பற்றியும் நோலனைப் பற்றியும்தான் அவர்கள் பேசிக்கொண்டிருந்தார்கள் என்று எனக்குப் புரியும். அந்தக் குதிரை வண்டி செல்லும் காட்சியை நாங்கள் பார்த்ததைப்போல இன்னும் பலர் கண்டிருந்தார்கள். ஓடிச் சென்றவர்கள் குதிரையையும் வண்டியையும் ஒரு லாயத்தில் விற்றுவிட்டு, அந்தப் பணத்தைக் கொண்டு ரயிலேறி அடுத்த நகரத்திற்குச் சென்றார்கள் என்ற விவரங்களைத்தான் மக்களால்

அறிந்துகொள்ள முடிந்தது. அதற்குப் பிறகான தகவல்கள் யாருக்கும் தெரியவில்லை. பிறகு அவர்கள் எங்கே சென்றார்கள் என்று யாராலும் தெரிந்துகொள்ள முடியவில்லை. என் குடும்ப உறுப்பினர்களைப் பொறுத்தவரை அது ஒரு நம்பமுடியாத சம்பவமாக நிலைகொண்டது.

அம்மா அதை நினைக்கும்போதெல்லாம் வியப்புடனும் கலக்கத்துடனும் தலையைக் குலுக்கிக்கொள்வார்கள்.

"அவள் தன் மகன் மீது எவ்வளவு பாசமாக இருந்தாள். போல் என்றால் அவளுக்கு உயிர். ஆயினும் அவள், தான் வசிப்பதற்கு விரும்பாத அதே வீட்டில் தன் மகனை விட்டு விட்டு ஓடிச்சென்று விட்டாளே! என் கண்களால் அந்தக் காட்சியைப் பார்த்திருக்கா விட்டால் நான் ஒருபோதும் அதை நம்பியிருக்க மாட்டேன்.

தன் சகோதரி எங்கிருந்தாலும் அவளைக் கண்டுபிடித்தே தீர வேண்டும் என்று அப்பாவுக்கு வைராக்கியம் ஏற்பட்டது. ஆனால் கென்ட்ரிக் அதற்கு ஒருபோதும் அனுமதிக்கவில்லை. அப்போதெல்லாம் அவர் தோள்களைக் குலுக்கிக்கொண்டு சொல்வார்:

"அவர்கள் போய்த் தொலையட்டும். அவர்கள் இருவரையும் பார்க்க வேண்டும் என்று நான் சற்றும் விரும்பவில்லை"

கென்ட்ரிக் தனியே அவரது சிற்றறையில் வசித்து வந்தார். பிறகு அவர் ஒருபோதும் அந்த அறையைப் பெரிதாக்கவில்லை; அதற்குக் கொஞ்சமும் முயலக்கூட இல்லை. உண்மையைச் சொன்னால் ரோமா ஓடிச் சென்ற அன்று கென்ட்ரிக் மரம் வாங்கவுமில்லை. குதிரை வண்டியில் இருபத்தைந்து மைல் பயணம் செய்து மரக் கடைக்குச் சென்றார் என்றாலும் அவருக்குத் தேவையான அளவில் உள்ள பலகைகள் கிடைக்கவில்லை.

எனவே கென்ட்ரிக் மரப் பலகை எதுவும் வாங்காமல் தான் திரும்பி வந்தார். தனியாக வாழ்ந்துகொண்டிருந்த கென்ட்ரிக் மீண்டும் மதுவையும், சீட்டாட்டத்தையும் தொடர்ந்திருந்தார் என்றால் ஒரு விதமாகச் சமாதானமாகியிருந்திருப்பார். அவர் மன அமைதிக்காக அந்தக் கெட்ட பழக்கங்களை மீண்டும் தொடங்குவார் என்று நாங்கள் எதிர்பார்த்தோம். ஆனால் நான் அறிந்தவரை அவர் அவை இரண்டையுமே முற்றாகக் கைவிட்டுவிட்டார். மற்றவர்கள் விளையாடி மகிழ்வதை வேடிக்கை பார்ப்பாரே தவிர, பிற்பாடு ஒரு முறைகூட அவர் சீட்டைக்

கையால் தொட்டதில்லை. அவர் நகரத்திற்குச் செல்வதும் மிகவும் அபூர்வமானது. கென்ட்ரிக் பெரும்பாலான நேரத்தை வீட்டு வாசலில் உள்ள பெரிய காய்கறித் தோட்டத்தில்தான் செலவிட்டார். நதி நீரைப் பயன்படுத்தி அந்தத் தோட்டத்தை நன்றாகச் செழிக்க வைப்பதில் அதிக அக்கறை காட்டினார். போலைப் பார்க்க வரும்போதெல்லாம் அவரது தோட்டத்தில் விளைந்த காய்கறிகளைக் கொண்டு வருவார். கென்ட்ரிக் தன் மகனை மிகவும் நேசித்தார். ஆனால் அந்த அன்பை அவர் வெளிப்படுத்தும் விதம் ஏறத்தாழ குழந்தைத்தனமாக இருந்தது. எனவே மகனுடன் மானசீக நெருக்கம் கொள்ள அவரால் முடியவில்லை. போலின் உணவுக்கும் உடைக்கும் காலாகாலத்தில் சரியாகப் பணம் கொடுத்து வந்தார். ஆயினும் போலுக்கு உடைகள் தைப்பதற்கான துணிகளை அம்மாதான் தேர்ந்தெடுப்பார்கள். போல், உணவு மேசையில் இருக்கும்போது நடந்துகொள்ள வேண்டிய முறைகளை என் அம்மாவிடம் கற்றுக்கொண்டான். அவன் எங்கள் குடும்பத்தில் ஓர் உறுப்பினன் ஆனான். அவன் இல்லாதிருந்தால் ஒருபோதும் எனக்கு ஒரு தம்பி கிடைத்திருக்க மாட்டான். நான், ஒன்பது வயதுக்காரனின் பெருமையையும், கர்வத்தையும் சற்றும் கைவிடாமல் போலை என் சீடனாக்கிக் கொண்டேன். ஷூக்களின் பித்தான்களை இடவும், கவண் வில்லைப் பயன்படுத்தி விளையாடவும் அன்பில் பொதிந்த அலட்சியத்துடன் நான் அவனுக்குக் கற்றுக்கொடுத்தேன்.

ஆனால் வருடத்திற்கு ஒரு முறை அதி விசித்திரமான ஒரு சம்பவம் நடந்துகொண்டிருந்தது. அது கிறிஸ்துமஸ் நாளன்று நடக்கும். எல்லா கிறிஸ்துமஸ் நாளின்போதும் போலின் முகவரி அச்சிடப்பட்ட ஒரு பார்சல் வரும். அந்தப் பார்சலில் ஒரு போதும், பதில் அனுப்புவதற்கான முகவரி இருக்காது. பல்வேறு இடங்களிலிருந்து அந்தப் பார்சல்கள் வரும். போர்ட்லாண்ட், மிஸ்ஸௌலா என்று சிறு சிறு நகரங்களிலிருந்து வரும். இவையெல்லாம் நாங்கள் கேட்டிராத பெயர்கள். இதில் விந்தையான விஷயம் என்னவென்றால், பார்சலில் வந்துகொண்டிருந்த பரிசுப் பொருட்கள், போலின் வளர்ச்சிக்குப் பொருத்தமானதாக இல்லை என்பதுதான். ஒரு ஐந்து வயதுப் பையனுக்கான பரிசுப் பொருட்கள் தான் எல்லா முறையும் வந்துகொண்டிருந்தன. ஒரு கரடிக் குட்டி பொம்மை, சதுரக் கட்டைகள், எழுத்துக்கள் பதிக்கப்பட்ட ரப்பர் பந்து... இப்படிச் செல்கிறது பொருட்களின் பட்டியல்.

போல் குளிர் காய்ச்சலால் இறந்ததற்குப் பிறகும், கென்ட்ரிக்குக்கு இந்தப் பரிசுப் பொருட்கள் வந்துகொண்டிருந்தன. உயர்நிலைப்

பள்ளிப் படிப்பை பூர்த்தி செய்வதற்காக நான் நகரத்தில் வாழ்ந்திருந்த கால கட்டத்தில்தான் போல் மரணமடைந்தான். அந்தச் சம்பவத்திற்குப் பிறகு என் வீடும் பழைய ஒளியை இழந்ததுபோல எனக்குத் தோன்றும். வீட்டுக்கு வரும்போதெல்லாம் ஏதோ ஒரு வெறுமை என்னைத் துன்புறுத்தியது. நாங்கள் ஒன்றாக இருந்த படுக்கை அறை, உணவு மேசை, மேசை மீது இருக்கும் ஒரு வெற்றுத் தட்டு... இவையெல்லாம் எனக்கு மிகவும் துயரளித்தன. அவனது பொருட்கள் முழுவதையும் மூட்டை கட்டி கென்ட்ரிக்கிடம் திரும்பக் கொடுத்துவிட்டோம். நான் ஒரு விவசாயியாக ஆவதற்குப் பதிலாக கல்லூரிக்குச் செல்லும்படி போலின் பிரிவுதான் என்னைத் தூண்டியிருக்க வேண்டும். நான் கல்லூரிக்குச் சென்றேன். படிப்புக் காலங்களில் மற்ற வேலைகள் செய்தும், வீட்டாரின் உதவியுடனும் விரைவிலேயே பார்மஸியில் பட்டம் பெற்றேன். அப்பா என் கல்விச் செலவுக்காக கென்ட்ரிக்கிடமிருந்து பணம் கடன் வாங்கிய விவரத்தைப் பல வருடங்களுக்குப் பிறகுதான் அறிந்தேன்.

அரசாங்கம் 1947-ஆம் ஆண்டில், கென்ட்ரிக்கின் வீட்டுக்கு மேலாக நதியில் பாலம் கட்ட முடிவு செய்தது. அவ்வாறு அவர் தன் இடத்தை விற்க வேண்டி வந்தது. அவர் ஆசையுடன் சீராட்டிப் பராமரித்த காய்கறித் தோட்டத்தின் மீது புல்டோசர் ஏறியது. அங்கே வளர்க்கப்பட்டிருந்த ஆபூர்வத் தாவரங்கள் எல்லாம் புல்டோசரின் சக்கரங்களின் அடியில் நசுங்கி அரைபட்டன. வேறு வழியின்றி கென்ட்ரிக் தயக்கத்துடன் நகரத்தில் குடியேறினார். சுற்றிலும் பெரிய இட விசாலத்தோடு அமைந்திருந்த ஒரு வீட்டை அவர் வாங்கினார். அவர் பொதுவாக மகிழ்ச்சியுடன் இருந்தார். தனியாக இருந்தார் ஆயினும், வீட்டையெல்லாம் ஒரு விதமாகச் சுத்தமாகப் பராமரித்தார். பின்புறமிருந்த தோட்டத்தில் ஏதாவது வேலை செய்துகொண்டிருந்தார். அண்டைவாசிகளுக்குக் கஞ்சத்தனமில்லாமல் காய்கறிகளை வழங்கினார்.

இதுதான் கதை. நான் எப்படி நோலன் வாரனின் கையைப் பிடித்து, இல்லாத இரக்கத்தை வெளிப்படுத்துவேன்? நோலனின் மனதில் இல்லாத துக்கத்திற்கு நான் எப்படி ஆறுதல் கூறுவேன்?

"கிராண்ட்?" கேள்வி பாவமாகத்தான் அவன் வார்த்தைகளை உச்சரித்தான். நான் பக்கத்தில் செல்லவில்லை என்றாலும் என் அருகே வர அவன் தயங்கவில்லை.

நான் தலையசைத்தேன். "ஆமாம், நான் கிராண்ட்தான். நலம்தானா நோலன்? வீட்டா, இவர்தான் நோலன் வாரன். "இது என் மனைவி." என் மனைவியை அறிமுகப்படுத்தினேன். அவள் நோலனின் கரம் பற்றிக் குலுக்கியதில் நான் மகிழ்ந்தேன். ஏனெனில், நான் அதைச் செய்யவில்லை. நோலனின் முகம் மாறியிருந்தது. பழைய சிறுபிள்ளை பாவம் எதுவும் இப்போதில்லை. அதற்குப் பதிலாக, உறுதி முற்றிய முகத்தை நான் பார்த்தேன். மூப்பின் காரணமாக இயல்பாகவே முகத்தசைகள் தொங்கின. சாம்பல் நிறக் கண்கள் ஜாக்கிரதையுடன் என்னை ஊடுருவிப் பார்த்தன. அந்த உணர்ச்சியும், மெலிந்த நீண்ட மூக்கும் சேர்ந்து உத்தரவு பிறப்பிக்கும் ஒரு படைத் தலைவரின் தோற்றத்தை அவனுக்குக் கொடுத்தன. நோலன் ஏதோ ரயில்வே கம்பெனியில் உயர்ந்த பதவியில் இருப்பதாகக் கேள்விப்பட்டிருந்தேன்."

திடீரென்று சிரித்தான் நோலன். அந்தச் சிரிப்பில் பழைய, கூச்ச சுபாவமுடைய அவன் நேசத்தின் கதகதப்பு இருந்தது,

"நான் உங்களுடன் பேச வேண்டும். மதியத்திற்குப் பிறகு நான் உங்களிடம் சில கேள்விகள் கேட்க வேண்டியிருக்கிறது. இனிமேல் ஒரு வாய்ப்பு எனக்குக் கிடைக்குமென்று தோன்ற வில்லை. உங்களை எங்கே பார்க்க முடியும்?"

"மதிய உணவுக்கு எங்கள் வீட்டுக்கு வாருங்கள்!" வீட்டா வேறெதுவும் யோசிக்காமல் நோலனை அழைத்தாள்.

நோலன் சற்றுத் தயங்கினான். "உங்களுக்குச் சிரமம் கொடுக்க நான் சற்றும் விரும்பவில்லை."

"இதில் எந்தச் சிரமமும் இல்லை." நான் உறுதியளித்தேன்.

"உண்மையில், எங்களுக்கு மகிழ்ச்சியாகத்தான் இருக்கும்."

எங்கள் அழைப்பின் பின்னால் உள்ள ரகசியத்தை அதாவது எங்களுடைய ஆர்வத்தை மோப்பம் பிடித்ததைப் போல்தான் நோலன் பேச்சைத் தொடர்ந்தான்.

"ரோமா இறந்து பல வருடங்கள் ஆகின்றன. நான் போலைப் பற்றி சில விஷயங்கள் தெரிந்துகொள்ள வேண்டும்."

நோலன், மயானத்தில் உள்ள ஒரு சிறு கல்லறையைச் சுட்டிக் காட்டினான். அது சாம்பல் நிறக் கற்களால் கட்டப்பட்டிருந்தது.

போல் ஹன்றி வாரன்
1904-1918

"எனக்குத் தெரிந்ததையெல்லாம் நான் சொல்கிறேன்." நான் வாக்களித்தேன்.

வீட்டுக்குள் சென்றபோது மிகவும் குளிராக இருந்தது. வீட்டில் உள்ள மரச் சாமான்களும் மற்ற பொருட்களும் ஏறத்தாழ நாற்பது வருடம் பூர்த்தியாகிக்கொண்டிருக்கும் எங்கள் மண வாழ்க்கையின் நினைவுகளாயிருந்தன. சமைப்பதற்காகச் சென்றாள் வீட்டா. நாங்கள் சிகரெட் பற்ற வைத்து போலைப் பற்றிப் பேசத் தொடங்கினோம். ஆனால், முடிந்தவரை மென்மையாக, சாந்தமாக நான் அந்த நாளைப் பற்றிச் சொன்னேன்.

மாலை நேரத்தில் போல் சிறிய நாயுடன் எங்கள் வீட்டுக்கு வந்ததையும், பிற்பாடு நாங்கள் ஒன்றாகப் பள்ளிக்குச் சென்ற தையும், எங்கள் குதிரை எங்களுடன் பள்ளிவரை துள்ளிக் குதித்து வந்ததையும் நான் விவரித்தேன். போல் அவனது பன்னிரண்டு வயதிலேயே, வயலில் ஒரு பெரிய ஆண் செய்கிற வேலையைச் செய்வான் என்று சொன்னேன். அதில் சற்று மிகை கலந்திருக்கிற தென்று கருதுவதில் தவறில்லை. அவ்வாறு நான் ஒவ்வொன்றைப் பற்றியும் பேசிக்கொண்டிருந்தேன். திரைப்படங்களில் வருவது போல என் மனதில் கடந்த கால நினைவுகள் மின்னி மறைந்து கொண்டிருந்தன. சொல்லிவரும்போது, பல வருடங்களுக்கு முன்பு நடந்த விஷயங்கள் நேற்று நிகழ்ந்ததைப் போலத் தோன்றின. நோலன் பேசுவதற்கு அதிக விஷயங்கள் இல்லை. வீட்டா சாப்பாட்டு நேரத்தில் நோலனிடம் அவனது குடும்ப விஷயங்களைப் பற்றிக் கேட்டாள்.

"எனக்கு இரண்டு குழந்தைகள். இரண்டும் பெண் குழந்தைகள். எங்கள் பேரப் பிள்ளையின் கல்லூரிப் பட்டமளிப்பு விழாவில் கலந்துகொள்வதற்காக மனைவி வீட்டில் தங்கியிருக்கிறார்கள். அதுதான் அவர்களை அழைத்துக்கொண்டு வரவில்லை" என்றான் நோலன்.

"எங்கள் சின்ன மகன் இந்த வசந்தத்தில் பொறியியல் படிப்பில் தேர்ச்சி பெற்றான்." வீட்டா விட்டுக்கொடுக்கவில்லை.

அப்படியென்றால் ரோமாவின் மரணத்திற்குப் பிறகு நோலன் மணம் புரிந்திருக்க வேண்டும் என்று நான் நினைத்தேன்.

நாமெல்லாம் கௌரவக்காரர்களாக இங்கு அமர்ந்து பேரப் பிள்ளைகளைப் பற்றிப் பேசுவோம். என் அத்தை எங்கே இறந்தார்கள் என்று கேட்க மரியாதை என்னை அனுமதிக்க வில்லை. அவர்கள் எப்போது, எப்படி இறந்தார்கள் என்றோ, அவர்கள் ஏன் இந்த இடத்தைவிட்டுச் சென்றார்கள் என்றோ என்னால் கேட்க முடியவில்லை. உணவுக்குப் பிறகு நோலன், தன் நீண்ட, மெலிந்த விரல்களால் மேசை மீது தாளமிட்டான்.

"நீங்களெல்லாம் என்னை இவ்வளவு அன்புடன் வர வேற்றீர்கள். எனவே எனக்கு இன்னும் ஒரு வேண்டுகோள் இருக்கிறது. நீங்கள் எனக்கு இன்னும் ஒரு உதவி செய்ய வேண்டும். கென்ட்ரிக்கின் சாமான்செட்டுகளையெல்லாம் மூட்டை கட்ட வேண்டும். எனக்கு அந்தளவு நேரமில்லை. நீங்கள் எனக்கு உதவி செய்ய முடியுமா?"

நோலனுடன் நானும் கென்ட்ரிக்கின் வீட்டுக்குச் சென்றேன். குறைந்த உயரமுடைய, நீளமான ஒரு வீடு. சன்னல்களில் தூசி படிந்திருந்தது. முன்பு எப்போதோ கட்டடத்திற்கு தவிட்டு நிறம் பூசியிருந்தார்கள். காலப் பழமையால் அது சிதைந்து உதிரத் தொடங்கியிருந்தது. வெண்ணிறமான நான்கு தூண்கள் முன்புறத் தாழ்வாரத்தை தாங்கிக்கொண்டிருந்தன. உணவறையும், வரவேற்பறையும் ஒரே வளைவால் இணைக்கப்பட்டிருந்தன. கட்டில் மேசைபோன்ற மரச் சாமான்கள் சற்றுக் கடந்தகாலப் பாணியில் அமர்ந்திருந்தன. அங்கங்கே கிடந்த சில மரச்சாமான் களைத் தவிர்த்தால் அறைகளெல்லாம் ஏறத்தாழ வெறுமையாக இருந்தன. எல்லாம் சீராக இருந்தாலும் வெகு நாட்களாக துடைப்பத்தைப் பார்க்காததால் எல்லா இடத்திலும் தூசு மூடியிருந்தது. படுக்கையறையை மட்டும் யாரோ நல்ல விதமாகக் கூட்டித் துடைத்திருந்தார்கள். தரையெல்லாம் சுத்தமாக்கியிருந் தார்கள். கட்டிலில் மெத்தை மட்டும்தான் இருந்தது. நோலன் ஆர்வத்துடன் நடந்து சென்று, அழுக்குப் படிந்த ஒரு வெள்ளை அலமாரியைத் திறந்தான். அதனுள் பருமனான ஒரு பெட்டி இருந்தது. மேல் தட்டுகளிலெல்லாம் விளையாட்டுச் சாமான்கள் இருந்தன. ரப்பர் பந்து, ஒரு குதிரை, கயிற்றில் கட்டிய குரங்கு, தவிட்டு நிறக் காகிதத்தில் சுற்றப்பட்ட பிரிக்கப்படாத பார்சல்கள் கொஞ்சம்.

என் பக்கத்தில் நின்றிருந்த அந்த மனிதன் ஏதோ உடல் நோவு ஏற்பட்டதைப்போல திடீரென்று கலக்கமடைந்தான். வெண்ணிறக் கைக்குட்டையை எடுத்து நெற்றி வியர்வை ஒற்றிக்கொண்டான்.

"தீச் சூளையில் இருப்பதுபோன்று இருக்கிறது அல்லவா!"

"ஓ, எவ்வளவு வெப்பமாக இருக்கிறது!" அவன் முணுமுணுத் தான். "எப்படியானாலும் நாம் வேலையைத் தொடங்குவோம்."

அந்தப் பெட்டியை இழுத்து அறையின் நடுவே நிற்க வைக்க நான் உதவினேன். அவன் பூட்டைத் திறந்து பெட்டியின் மூடியை உயர்த்தினான். அது முழுதும் பெண்களின் உடைகள் இருந்தன. பாம்பைக் கண்டு பயந்தவனைப்போல நோலன் திடுக்கிட்டுப் பின்வாங்கினான்.

"அடக் கடவுளே! அவர் எதற்கு இதையெல்லாம் பாதுகாத்து வைத்திருக்கிறார்?" அவன் புலம்பினான்.

நான் அப்போதுதான் அந்தப் பெட்டியிலிருந்த உடை களைக் கூர்ந்து பார்த்தேன். வாடிய பூக்கள் செருகியிருந்த கறுப்புத் தொப்பி பெட்டியின் மூலையில் திணித்து வைக்கப்பட்டிருந்தது. ரோமா யாரிடமும் சொல்லிக்கொள்ளாமல் ஓடிச் சென்ற நாளில் அணிந்திருந்த அதே தொப்பி. அந்த நொடியே எனக்கு எல்லாம் புரிந்துவிட்டது. சிந்தனைக் குழப்பங்கள் ஏற்படுத்திய பல பிரச்சினை களுக்கு அப்போதுதான் எனக்கு விடை கிடைத்தது.

போலை உடன் அழைத்துச் சொல்லாதிருந்ததும், ஐந்து வயதான குழந்தைக்கு அளித்துக்கொண்டிருந்த பரிசுப் பொருட்களும், பெட்டியிலிருந்த கறுப்புத் தொப்பியும்... எனக்கு எல்லாம் புரிந்தது.

"ரோமா இந்த இடத்தைவிட்டுப் போகவே இல்லை, அல்லவா?" நான் குற்றம் சாட்டினேன். "அது ஒரு தந்திரம் தான். ஆனால் அது எப்படிச் சாத்தியமாயிற்று? குதிரை வண்டியில் விரைந்து சென்றது ரோமாவின் பொய் உருவமா? டம்மியா?"

நோலன் மறுப்பாகத் தலையசைத்தான்.

"பொய் உருவம் இல்லை. அது கென்ட்ரிக். கென்ட்ரிக்குக்கும், ரோமாவுக்கும் ஏறத்தாழ ஒரே உயரம்தானே? அடுத்த நகரத்திற்குச் சென்றவுடன் கென்ட்ரிக் வண்டியிலிருந்து இறங்கி, வேடத்தைக் களைந்துவிட்டு ட்ரினிட்டிக்கு குட்ஸ் வண்டி ஏறினார். நான் குதிரை வண்டியை விற்றுக் கிடைத்த பணத்துடன் பயணத்தைத் தொடர்ந்தேன்."

நோலன் குனிந்து கைகளில் முகம் புதைத்தான்.

தான் சுட்ட பறவைகளைத் தொங்கவிட்டிருப்பான்' என்று சிரிக்கிறார் டாக்டர்.

'பத்து வருஷங்களுக்கு அதிகமான காலத்தில் உலக விஷயங்களைப் பற்றி அவர் எங்களுக்களித்த முதல் பேட்டியில், டாக்டர் சுவைட்சர் கூறியதாவது : 'உண்மையை உண்மையாக அறியும் சக்தியைக் கொண்டு பிரசாரத்தை வெருட்ட வேண்டும். இன்றுள்ள தேசீயத் துக்குப் பதில் ஒரு மேன்மையான, உலக மக்களுக் கெல்லாம் நன்மை தரக்கூடிய தேசீயத்தை நிலைநிறுத்தவேண்டும். பொதுவாக உள்ள ஒரு நாகரிக அடிப்படையில் தேசீய லட்சியங்கள் தகர்க்கப்பட வேண்டும். நாகரிக நிலையிலே நம்பிக்கை வரவேண்டும் - லட்சியத்தை இழந்துவிட்ட இன்றுள்ள சமூகம் மறையவேண்டும். ஆன்மீகத்தை புறக்கணித்துவிட்ட ஒரு மனோபாவம் மாறி முன்னேற்றத்தில் நம்பிக்கை வரவேண்டும்... இதற்குப் பாடுபடுவது தான் நமது முதல் கடமை.'

பத்து வருஷங்கள் ஓய்வில்லாமல் டாக்டர் சுவைட்சர் லாம்பரீனிலே தங்கியிருந்தார். 1948 நவம்பரில் அவர் குன்ஸ்பாக் திரும்பியபோது அவர் களைப்பைக் கண்டு நண்பர்கள் கவலைப் பட்டுப் போனார்கள் என்று மார்ட்டின் அம்மையார் அறிவித்தார். இருந்தாலும் கறுப்பு வனத்தைச் சேர்ந்த மலைப் பிரதேசத்திலுள்ள கனிக்ஸ் பெல்ட்டில் ஓய்வு எடுத்த பின், ஸ்வீட்ஸர்லாந்து போய் தன் நான்கு பேரக்குழந்தைகளையும் முதல் தடவையாகப் பார்த்த பின் அவருக்குக் கொஞ்சம் தெம்பு பிறந்திருக்கத்தான் வேண்டும். 1949 கோடையில் அமெரிக்கா வருவதாக அவர் எழுதியிருக்கிறர்.

அமெரிக்காவுக்கு அவரை வரச்சொல்லிப் பல வருஷங்களாகப் பல அழைப்புக்கள் இருந்தன. இதில் சிலவற்றை மட்டும் இங்கு சொல்லலாம். லோவெல் பிரசங்கங்களைச் செய்யவும், பின்னர் மூன்றாவது நூற்றாண்டு விழாவில் கலந்து கொள்ளவும் அவரை ஹார்வார்டு சர்வகலாசாலை அழைத்திருக்கிறது. பிரின்ஸ்டன் மேற்படிப்பு இலாகா அங்கு வந்து அவருடைய மூன்றாவது பாகத்தை முடிக்கச் சொல்லி அழைத்திருக்கிறது. பல சர்வகலாசாலை ஸ்தாபனங் களும் பல மத ஸ்தாபனங்களும் பல இசைச் சங்கங்களும் அவரைப் பிரசங்கம் செய்யவும் கச்சேரி செய்யவும் கூப்பிட்டிருக் கின்றன. கதேயின் இருநூறாவது பிறந்ததினத்தை ஒட்டி காலராடோ வில் ஆஸ்பென் என்னுமிடத்தில் நடக்கவிருந்த விழாவில் கதே நினைவுப் பிரசங்கத்தை நிகழ்த்த அவர் ஒப்புக்கொண்டார்.

*

பரிசல் வெளியீடுகள்

தெற்குவாசல் : கடல் நடுவே ஒரு களம்
(இலங்கை குறித்த கவிதைகள், கதைகள், கட்டுரைகள்)
பிரமிள்
தொகுப்பாசிரியர் : கால சுப்ரமணியம்
2016 / ரூ. 350

நொண்டி நாடகம் : கள்ளர் இலக்கியம்
கால சுப்ரமணியம்
2024 / ரூ. 220

இரும்புப் பெட்டி
(அமெரிக்க நாவல்)
ஹோவர்ட் ஸ்விக்கெட்
தமிழாக்கம் : ஸி. ஸ்ரீனிவாசன்
(பதிப்பு முன்னுரை : கால சுப்ரமணியம்)
2023 / ரூ. 550

*

"என் கிராண்ட்! இந்த விஷயத்தை யாரிடமாவது மனம் திறந்து சொல்ல வேண்டும் என்று எவ்வளவு ஆசைப்பட்டிருக்கிறேன் தெரியுமா? ஆனால் ஒருபோதும் எனக்கு அந்த வாய்ப்பு கிடைக்கவில்லை. என் மனைவி மார்க்கரெட்டிடம்கூட நான் இந்த விஷயத்தைச் சொல்லவில்லை."

"என்னிடம் சொல்லலாமே!" நான் குளிர்ந்த குரலில் கேட்டேன்.

"ஆமாம். இனி ஒளித்து வைக்க வேண்டிய அவசியம் இல்லை. மேலும் இரண்டு அறைகள் கட்டுவதற்கு மரம் வாங்கப் போன அந்த நாள்தான் சம்பவத்தின் தொடக்கம். கென்ட்ரிக் இரவு திரும்பி வரமாட்டார் என்றுதான் நாங்கள் நினைத்துக் கொண்டிருந்தோம். ஆனால் அவர் பிட்லேர்ஸ் படகுத்துறையருகே சிலருடன் சேர்ந்து சீட்டு விளையாடத் தொடங்கினார். இருந்த பணம் முழுவதையும் அங்கே விளையாடித் தோற்றுவிட்டு இரவு ஒன்பது மணிக்குத் திரும்பி வந்தார். பின்னால் உள்ள அறையில் நானும் போலும் தூங்கிக்கொண்டிருந்தோம். ரோமாவும் படுத்து விட்டாள் என்றுதான் நினைவு. கென்ட்ரிக்கின் வண்டியோசை என்னை எழுப்பியது. நான் படுத்தபடியே, முன்புறமுள்ள அறைச் சன்னல் அருகே ரோமா நடந்து செல்லும் ஓசையைக் கேட்டேன். சற்று நேரத்தில் கென்ட்ரிக் உள்ளே வந்தார். போன விஷயம் என்னவாயிற்று என்று ரோமா விசாரித்தாள். அப்போது கென்ட்ரிக் அழுதபடியே சொன்னார்: 'நான் எதற்கும் பயன்படமாட்டேன், நம் பணத்தையெல்லாம் நான் சீட்டு விளையாடித் தோற்று விட்டேன்.'

'முழுவதையுமா? அப்படியென்றால் நீங்கள் மரம் ஏதும் வாங்கவில்லையா?' விஷயத்தைப் புரிந்துகொள்ள ரோமாவுக்கு அவகாசம் தேவைப்பட்டது. 'இல்லை, மரம் வாங்கவில்லை.' கென்ட்ரிக் ஏற்றுக்கொண்டார். அப்போது மிகவும் கோபம் கொண்டாள் ரோமா. அவர் செய்த தவறுகளையும், அவரது முறைகேடுகளையும் ஒவ்வொன்றாகச் சொல்லிக் காட்டத் தொடங்கினாள். நான் கேட்டுவிடக் கூடாது என்று நினைத்து மிகவும் தாழ்ந்த குரலில்தான் ரோமா பேசினாள். என்னால் எல்லாவற்றையும் தெளிவாகக் கேட்க முடியவில்லை. ஆனால் அவள் குரலில் அவ்வப்போது கேலியும் வெறுப்பும் வெளிப்பட்டது. 'சோம்பேறிக் குடிகாரன்' என்றும், 'மகனைப் பற்றி அக்கறை இல்லாதவன்' என்றும் அவள் சொல்வதை நான் கேட்டேன்.

கென்ட்ரிக் ரோமாவிடம் பேசாமல் இருக்கும்படிச் சொல்வதும் என் காதில் விழுந்தது. ஆனால் ரோமா அதைப் பொருட்படுத்தவில்லை. இழந்த அறைகளை நினைத்து அவள் உள்ளேயே அங்கும் இங்கும் நடந்து அழுதாள். திடீரென்று ஏதோ கீழே விழுகிற ஓசையை நான் கேட்டேன். பிறகு எல்லாம் அமைதி யடைந்தன. என் வாழ்க்கையில் இந்த நாள்வரை அவ்வளவு கனத்த, நீண்ட ஒரு அமைதியை நான் உணர்ந்ததில்லை. சற்று நேரத்திற்குப் பிறகு கென்ட்ரிக் கதவைத் திறந்துகொண்டு என்னருகே வந்தார்.

"'இங்கே வா.' கென்ட்ரிக் மெதுவாகச் சொன்னார். 'ரோமா இறந்துவிட்டாள். நான் வேண்டுமென்றே அப்படிச் செய்யவில்லை. ஆனால் அப்படி நடந்துவிட்டது. நீ எனக்கு உதவி செய்ய வேண்டும்.'

"ரோமாவின் உடல் கணப்படுப்பின் பக்கத்தில் கிடந்தது. கென்ட்ரிக்கிடம் அடி வாங்கி வீழ்ந்தபோது, கணப்படுப்பின் மூலையில் ரோமாவின் தலை மோதியது. அந்தக் காயம்தான் மரணத்திற்குக் காரணம். காயத்திலிருந்து அதிக ரத்தம் வெளிவரவில்லை. சந்தர்ப்பத்திற்கு ஏற்றபடிச் செயல்படவும், அதுபோல தேவையான நேரத்தில் மனதைக் கட்டுப்படுத்திக் கொள்ளவும் பிரத்தியேகத் திறமை பெற்றவர் கென்ட்ரிக். நான் ரோமாவின் மீது காதல் கொண்டிருந்தேன் என்றும், என்னுடன் ஓடி வந்து விடும்படி நான் அவளைத் தூண்டினேன் என்றும் சொல்லி மக்களை மிகவும் சுலபமாக நம்பச் செய்துவிடலாம் என கென்ட்ரிக் என்னிடம் சொன்னார். கண்ணீர் பெருக்கிப் புலம்பவோ வாக்குவாதம் செய்யவோ நேரமில்லை. விளக்கு வெளிச்சத்தில் காய்கறித் தோட்டத்தின் ஒரு மூலையில் நாங்கள் குழி வெட்டினோம். ரோமாவை அந்தக் குழிக்குள் வைத்து மூடி மேலே வைக்கோல் பரப்பினோம். குதிரைகளையும் வண்டியையும் கீழே ஒரு இடத்தில் ஒளித்து வைத்தோம். வீட்டுக்கு வருபவர்கள் பார்க்க முடியாத ஒரு இடத்தில்தான் ஒளித்து வைத்தோம். போல் எழுந்து அம்மாவை அழைப்பதற்கு முன்பே இடத்தைவிட்டுச் சென்றுவிட வேண்டும் என்று முடிவு செய்தோம். கென்ட்ரிக் குதிரை வண்டியில் இருந்தபோது நான்தான் போலை எழுப்பி விவரம் சொன்னேன். அப்பா மாலையில் வருவதுவரை வீட்டில் இருக்க வேண்டும் என்று சொல்லிப் புறப்படும்போது என் மனம் பெருங்கொந்தளிப்புடனிருந்தது. போலின் அந்த முகம்... ரோமாவின் விழிகளை அப்படியே பெற்ற அந்த முகத்தை நான்

ஒருபோதும் மறக்க மாட்டேன். நம்பிக்கையுடன் என்னை உற்றுப் பார்த்த அந்த முகத்தையே என்றும் என் மனக் கண்ணில் கண்டேன், என்றும்..."

நோலன் சற்று நிறுத்தினான்.

ஐந்து வயதுச் சிறுவனின் முகமும், ஐந்து வயதுச் சிறுவனுக்கான பரிசுப் பொருட்களும்... நான் நினைத்துப் பார்த்தேன். அப்போது என்ன சொல்ல வேண்டும் என்று எனக்குப் புரியவில்லை. பொருத்தமான வார்த்தைகளுக்காக நான் சிரமப்பட்டேன். நான் அந்த வார்த்தைகளைத் தேர்ந்தெடுத்தபோது மீண்டும் பேச்சைத் தொடர்ந்தான் நோலன்:

"ஒரு விஷயம் மட்டும் உண்மை. நான் ரோமாவை விரும்பினேன். ஆனால், நீங்கள் சொல்லுங்கள் கிராண்ட், மூவரின் எதிர்காலத்தைப் பாதிக்கும் ஒரு முடிவை எடுப்பதற்கு எனக்கு ஐந்து நிமிடம்தான் கிடைத்தது. என் இடத்தில் நீங்கள் இருந்திருந்தால் என்ன செய்திருப்பீர்கள்?" நோலன் கேட்டான்.

"எனக்குத் தெரியவில்லை" என்று நேர்மையாகச் சொன்னேன். தன் மகனை என் அம்மாவின் பாதுகாப்பில் வளர்க்க விட்ட கென்ட்ரிக்கைப் பற்றி நான் சிந்தித்தேன். வருடக்கணக்கான அச்சத்துடனும், குற்ற உணர்ச்சியுடனும் காய்கறித் தோட்டத்தை பிரத்தியேக ஆர்வத்துடன் பராமரித்து வந்த கென்ட்ரிக்கைப் பற்றி நான் சிந்தித்தேன். அரசாங்கம் அணை கட்டுவதற்கு இடம் வாங்கியபோது கென்ட்ரிக் அனுபவித்திருக்கக்கூடிய அச்சத்தைப் பற்றி சிந்தித்தேன்.

மீண்டும் தலையசைத்தேன் நான்.

"எனக்குத் தெரியவில்லை நோலன்."

4. வங்கிக் கொள்ளை

- ரிச்சாட் டெமிங்

முதலில் நாங்கள் மூவரும், ஒரு வங்கியைக் கொள்ளையடிக்க வேண்டும் என்று உண்மையில் நினைத்தே பார்க்கவில்லை. அதை என்னால் உறுதியாகச் சொல்ல முடியும். பதில் கண்டுபிடிக்க முடியாத சிக்கலான பிரச்சினைகளுக்கு, பொது அறிவைப் பயன்படுத்தி விடையளிப்பது என்பது சால்ஸ் ஆஷ்லியின் ஒரு பொழுதுபோக்கு. அப்படி ஒரு சிக்கலான பிரச்சினையாகத்தான் வங்கிக் கொள்ளையும் தொடங்கியது. சால்ஸ் ஆஷ்லி என்னும் அந்த அறிவாளன், அந்தப் பிரச்சினைக்கு விடை காண்கிற பாணியைப் பார்த்து ரசிப்பதற்காகவும், மகிழ்வதற்காகவும்தான் நானும் மெல் ஹாரிசனும், அவனுடன் சேர்ந்தோம்.

ஆனால், வெறும் சர்ச்சைகளில் ஆரம்பித்த விஷயம் சீக்கிரமே நடைமுறைக்கு வந்தது. வங்கிக் கொள்ளைக்குரிய திட்டங்கள் மிகச் சிறப்பாக இருக்கின்றன என்றும், அவற்றில் எந்தவொரு ஓட்டையும் இல்லையென்றும் தெரிந்தபோதுதான் விஷயங்கள் கட்டுப்பாடற்றுச் சென்றன. வங்கிக் கொள்ளையைத் திறமையாகத் திட்டமிட்டு நிறைவேற்றிய கல்லூரி மாணவர்கள் நாங்கள் மட்டுமாகத்தான் இருப்போம் என்று தோன்றுகிறது.

கல்லூரி முடிந்த ஒரு இரவில்தான் தொடக்கம். சால்ஸின் அடுக்குமாடிக் குடியிருப்பில் ஒன்றுகூடி வீட்டுப் பாடங்கள் செய்வது என்பது எங்கள்

தினப்படிச் செயலாக மாறிவிட்டிருந்தது. அதை அன்றாடச் செயலாக மாற்ற எங்களைத் தூண்டிய முக்கியமான காரணம், சால்ஸின் உதவி கிடைக்கும் என்பதுதான். சால்ஸுக்கோ, வீட்டுப் பாடத்தின் பொருட்டு தலையைப் பிய்த்துக்கொள்ள வேண்டிய அவசியமே இல்லை. அவனது அறிவுத் திறன் 186. அவன் சிரமப் பட்டுப் படிக்காமலேயே எல்லா விஷயத்திலும் அவனுக்கு ஏ கிரேட் கிடைக்கும். வழக்கம்போல அன்றும் நாங்கள் வீட்டுப் பாடங்களெல்லாம் செய்து முடித்துவிட்டு அரட்டையடிக்கத் தொடங்கினோம். அது முடிந்ததும் அவரவர் வீடுகளுக்குத் திரும்புவதுதான் அன்றாட நிகழ்ச்சி. அன்றைய பேச்சுப் பொருள், மெல் ஹாரிசனின் கொடை என்று சொல்லலாம். மெல், 'அசாதாரணமான மனோதத்துவம்' என்ற விஷயத்துடன் பேராடிக் கொண்டிருந்தான். அதிலிருந்து தொடங்கிய பேச்சு, குற்ற இயல்பில் சென்று நின்றது. எந்த விஷயமாக இருந்தாலும் சர்ச்சையில் முதல்வன் சால்ஸ்தான். வழக்கம்போல சால்ஸ் இந்த முறையும் தன்னியல்பான வீர்யத்தையும், பிடிவாதத்தையும் வெளிப்படுத்தினான். அப்படியென்றால், விரைவிலேயே சால்ஸ் உரையாற்றுபவனாகவும், நாங்கள் கேட்பவர்களாகவும் மாறினோம் என்று அர்த்தம். எனக்கும் மெல்லுக்கும் இடையிடையே சில 'கருத்துகளை' நுழைக்கின்ற வேலை மட்டும்தான்.

"குற்றச் செயல்கள் புரிந்து வெற்றி பெற்று பணமும் புகழும் சம்பாதித்தவர்கள் கொஞ்சம் பேர்தான். ஏனென்றால், பண லாபம் என்ற ஒன்றை மட்டும் நோக்கமாகக் கொண்டு குற்றச் செயல்களில் ஈடுபடுபவர்கள் சற்றும் சந்தேகத்திற்கிடமற்ற வகையில் ஒரு முட்டாளாக இருக்க வேண்டும். அதனால் பலனளிக்கக்கூடிய ஒரு கொள்ளையையோ, திருட்டையோ திட்டமிட்டு நிறைவேற்றக் கூடிய அறிவுத் திறமை அவர்களுக்கு இருக்காது. திறமையான ஒரு வங்கிக் கொள்ளையைத் திட்டமிட எந்தளவு அறிவும், மன ஆற்றலும் தேவைப்படுமோ, அதே அளவுதான் சட்டப்பூர்வமான வழிகளில் பணம் சம்பாதிக்கவும் தேவைப்படும். அப்படியென்றால் திறமையான ஒருவர் திருட்டைத் தொழிலாக ஏற்றுக்கொள்ள மாட்டார். அவர் அந்தத் திறமையை சட்ட ரீதியாகப் பணம் சம்பாதிக்கக்கூடிய சட்ட மீறலுக்கு முற்பட வேண்டிய அவசியம் இல்லை. அப்படிச் செய்யாமலேயே பணம் சம்பாதிக்க அவனால் முடியும்." சால்ஸ் சற்று நிறுத்தினான்.

நான் கேள்வி கேட்டேன்:

"ஆனால் வில் பட்டன் சில வங்கிக் கொள்ளைகளைத் திறமையாக நிகழ்த்தியிருக்கிறாரே?"

சிறு குழந்தையின் பிதற்றலைப் பாசத்துடன் திருத்துகிற பெரியவனைப் போல, சால்ஸ் என்னைப் பார்த்துச் சிரித்துச் சொன்னான்:

"ஹாரி, வாழ்க்கை முழுதும் சிறையில் அடைபட வேண்டி வருவது ஒரு திறமையா என்ன? என் நினைவு சரியென்றால் வில் பட்டனுக்கு 135 வருட சிறைத் தண்டனை கிடைத்திருக்கிறது. அதுவா கெட்டிக்காரத்தனம்? வங்கிகளைக் கொள்ளையடிக்க அவர் தயாரித்த திட்டங்களில் அறிவுக் கூர்மையின் சில பால பாடங்கள் இருக்கும். அதை நான் ஏற்றுக்கொள்கிறேன். ஆனால் கொள்ளை முடிந்ததும் ஏற்படும் சூழ்நிலைகளை முன்பே புரிந்துகொண்டு அதற்கு வேண்டிய முன்னேற்பாடுகளைச் செய்ய அவருக்குத் தெரியவில்லை. அதனால் என்ன ஆயிற்று? திறமையாக நிகழ்த்திய கொள்ளையாக இருந்தாலும், கொள்ளை நடந்து முடிந்ததிலிருந்து கண்காணிக்கப்படும் ஆளாக மாறினார். பிறகு போலீஸின் கண்களிலிருந்து தப்புவதற்கான அல்லாட்டம். அவரது தோற்றமும் உடலமைப்பும் அனைவருக்கும் தெரிந் திருந்தது. அவரது புகைப்படங்களை அஞ்சலகங்களிலும் பிறவிடங் களிலும் தொங்கவிடத் தொடங்கினார்கள். திருடிய செல்வத்தை ஒரு சுதந்திரக் குடிமகனைப்போல அனுபவிக்க முடியாமல் போனது. அதுதான் அவருக்கு ஏற்பட்ட மடத்தனம். நல்ல திறமைசாலியான ஒரு திருடன், திருட்டு முடிந்ததும் தன்னைச் சந்தேகிக்காமல் இருப்பதற்கான எல்லா ஏற்பாட்டையும் முதலிலேயே திட்டமிடுவான். திருட்டு நடந்து முடியும்போது அவன்தான் குற்றவாளியென்று யாருக்கும் தோன்றாது. சாமர்த்தியமாக வங்கிக் கொள்ளை நடத்திவிட்டு, ஒரு அடிகூட ஓடாமல் சுலபமாகத் தப்பிக்க என்னால் முடியும்."

"நீ எதற்கு வங்கியைக் கொள்ளையடிக்க வேண்டும்?" மெல் கேட்டான். "நீ வங்கியைக் கொள்ளையடிக்கவில்லை என்றாலும் வங்கியில் உள்ளதில் பாதிப் பணம் உன்னுடையது தானே?"

"அதுதான் விஷயம்." சால்ஸ் தொடர்ந்தான்: "உண்மையில் சிறந்த ஒரு குற்றவாளிக்கு பணத்திற்கான தேவை ஏற்படாது. வேண்டுமானால் இதை ஒரு இயற்கை நியதி என்று சொல்லலாம். ஏனென்றால் தன் அறிவுக்கூர்மையைப் பயன்படுத்தி அவனால் நேரான வழிகளில் நிறையப் பணம் சம்பாதிக்க முடியும்.

அப்படிப்பட்ட அதிபுத்திசாலி ஒருவன், குற்றச் செயல்களில் ஈடுபடுவது, பொருள் லாபத்தை நோக்கமாகக் கொண்டு அல்ல. வேண்டுமென்றால் உதாரணமாக, மானசீகமானதும் அறிவு ரீதியானதுமான ஒரு விழிப்புணர்ச்சிக்காக என்று சொல்லலாம்."

"மாறாக நான் வங்கியைக் கொள்ளையடித்தால் அது பணத்திற்காக மட்டுமாகத்தான் இருக்கும்" என்று நான் சொன்னேன். "என் அப்பாவொன்றும் கோடீஸ்வரர் அல்ல."

"என் அப்பாவும் கோடீஸ்வரர் அல்ல." மெல் என்னுடன் சேர்ந்தான். "உங்களுக்கு வேண்டாமென்றால் அந்தப் பங்கை நான் எடுத்துக்கொள்கிறேன்."

தான் சம்பாதித்து வைத்திருக்கிற பணம் முழுதும் தன் திறமையையும், மேதமையையும் பயன்படுத்திச் சேர்த்ததுதான் என்று சால்ஸ் சொன்னான். அவன் சொன்னதில் அர்த்தமில்லை. இதில் தற்புகழ்ச்சிதான் அதிகம். காரணம், தன் சொந்த முயற்சியால் அவன் இதுவரை ஒரு பைசாக்கூட சம்பாதித்ததில்லை. அவன் அப்பா கோடீஸ்வரர். எண்ணெய்க் கிணறுகள் மூலமாக அவர் லட்சக்கணக்காகச் சம்பாதிக்கிறார். சால்ஸின் தனிப்பட்ட வருமானம் அவன் அப்பா அவனுக்குக் கொடுக்கும் பணத்திலிருந்து வருவதுதான். அவ்வப்போது அப்பாவின் பணம் வரும். அப்பாவின் சொற்படி பணத்தை வங்கியில் போட்டு வைப்பதைத்தான் சால்ஸ் செய்திருக்கிறான். அவ்வாறு, முதலீடுகளிலிருந்து கிடைத்த ஆதாயமும், வங்கி வட்டியும் சேரும்போது அவனால் இயல்பாகவே ஒரு நல்ல தொகையைச் சொந்தமாக்க முடிந்தது.

விஷயம் அப்படி இருந்தாலும், அவன் பரம ஏழையாகப் பிறந்திருந்தாலும் தன் சொந்தத் திறமையைக் கொண்டு நிச்சயமாக அவன் பணக்காரன் ஆகியிருந்திருப்பான். நான் பார்த்ததிலேயே மிகப் பெரிய அறிவாளி சால்ஸ்தான். ஆனால், இருபத்தொரு வயதிற்குள் இவ்வளவு பெரிய செல்வத்துக்கு அதிபதியாக, பரம ஏழையாகப் பிறந்த சால்ஸால் முடியுமா என்பது சந்தேகம்தான். அதிர்ஷ்டவசமாக சால்ஸ், வாயில் வெள்ளிக் கரண்டியுடன் பிறந்திருந்தான்.

நாங்கள் மூவரும் யு.சி.எல்.ஏ. வில் முதுநிலை மாணவர்கள். தொடக்கத்திலிருந்தே நண்பர்கள். விசித்திர குணங்கள் கொண்ட மும்மூர்த்திகள் நாங்கள். ஒருக்கால் அந்த வித்தியாசங்கள்தான் எங்களை நெருக்கமாக்கியிருக்கலாம். தன்னிடமுள்ள குறை,

மற்றவனிடத்தில் நிறைவாக அமைந்திருக்கும் காரணமே ஒருவரிடம் ஒருவரை ஈர்த்திருக்கலாம். தனக்கு எந்தத் துறையில் போதாமை உள்ளதோ, அந்தத் துறையில் மற்றவன் திறமை பெற்றிருக்கும்போது எப்படி நெருங்காமல் இருக்க முடியும்?

முதலில் சால்ஸையே எடுத்துக்கொள்வோம். காண்பதற்கு அழகன், அபார திறமைசாலி, தலைமைப் பதவிக்குத் தேவையான பண்புகளை இயற்கையிலேயே கொண்டிருப்பவன். முதுநிலை வகுப்பின் தலைவன், பை பீட்டா காப்பாவின் தலைவன், பேச்சுப் போட்டிக் குழுவின் தலைவன், பிறகு எல்லா விஷயங்களிலும் 'ஏ' கிரேடுக்குக் குறையாமல் தகுதி நிலை பெறும் அறிவுச் செல்வன். சால்ஸ் வகுப்பில் முதல்வனாகத் தேர்ச்சி பெற்று பரிசு பெறுவான் என்பதில் எந்தச் சந்தேகமும் இல்லை. ஆனால் விசித்திரமான விஷயம் என்னவென்றால் அவனுக்குப் பெண் களுடன் பழகுவதில் வெட்கம். விளையாட்டுப் போட்டிகளில் திறமையை வெளிப்படுத்தத் தன்னால் இயலவில்லையே என்ற ஒரு உணர்ச்சிதான், அவனை இந்த ஒரு விஷயத்தில் உட் சுருங்கிய வனாக ஆக்கியது.

மெல்ஹாரிசன் ஆஜானுபாகுவான நல்ல உடற்கட்டு டையவன். அவன் தலைக்குள் சரக்கு ஒன்றும் இல்லை. எனவே அவன் பெரும்பாடுபட்டுப் படித்தால்தான் மிகச் சிரமப்பட்டு தேர்ச்சி மதிப்பெண்கள் வாங்கலாம். ஆனால், சால்ஸுக்கு எந்த அளவு அறிவுத் திறன் உள்ளதோ, ஏறத்தாழ அந்தளவு மெல்ஹாரிசன் விளையாட்டுக் களத்தில் வீரன். அவன் உடல் ரீதியாகவும் சால்ஸுக்கு நேர் எதிர். கல்லூரி கால்பந்தாட்டக் குழுவிலும், முதலாமவன். ஈட்டி எறிதலிலும் முன்னிலை வகிப்பவன். ஹெவி வெயிட் குத்துச் சண்டையிலும் மல்யுத்தத்திலும் சாம்பியன்.

மூன்றாவது ஆள் நான்தான். ஹாரிவர்த். சராசரியானவன். கஷ்டப்படாமல் தேர்வில் 'பி' கிரேடு பெற்றுவிடுவேன். சால்ஸ் என் மீது ஆர்வம் கொள்வதற்கான காரணம், இயல்பான ரீதியில் பெண்களுடன் பழகும் என் திறமைதான் என்று நான் நம்புகிறேன். நான் பெண்களை உடனடியாகக் கவர்ந்திழுக்கும் ஒரு தனித் தன்மை கொண்டவன் என்று என்னைப் பற்றி சால்ஸ் தவறாகப் புரிந்துகொண்டிருந்தான். இன்னொரு காரணம், நான் அவ்வளவு சிறப்பான ஒரு விளையாட்டு வீரன் இல்லையென்றாலும், எனக்கு ஒரு பிரத்தியேகத் திறமை உண்டு. என் சொந்த உழைப்பால் தான் பள்ளிப் படிப்பை முடித்தேன். அதனால் விளையாட்டுகளில்

திறமையை வெளிப்படுத்த எனக்குச் சந்தர்ப்பம் கிடைக்கவில்லை. ஆனால் துப்பாக்கி சுடுவது எனக்கு விருப்பமான பொழுதுபோக்கு. பள்ளியில் ஆண்கள் துப்பாக்கிக் குழுவில் நான் உறுப்பினராக இருந்தேன். நாங்கள் பயிற்சிக்கு 0.22 ரக துப்பாக்கிகளைத்தான் பயன்படுத்தினோம். தொலைநோக்கி பொருத்தப்பட்ட அந்தத் துப்பாக்கியைப் பயன்படுத்தி நூற்று ஐம்பது அடி தூரத்தில் உள்ள ஒரு ஆணியைக்கூட என்னால் சுட முடியும்.

எங்கள் மூவருக்கும் இடையில் உள்ள மிகப் பெரிய வித்தியாசம் பொருளாதாரச் சூழ்நிலைதான். சால்ஸ் விலையுயர்ந்த ஒரு 'கன்வர்ட்டிபில்' காரைப் பயன்படுத்தினான். அழகாக மரச் சாமான்கள் அமைக்கப்பட்ட, நான்கு அறை கொண்ட அடுக்கு மாடிக் குடியிருப்பில் வசித்து வந்தான். அதுவும் சாண்டா மோனி காவில். மெல்ஹாரிசனைப் படிக்க வைப்பதற்கான பணம் அவன் பெற்றோரிடம் இருந்தது. ஆயினும் அவர்கள் அப்படியொன்றும் பணக்காரர்கள் கிடையாது. அவன் ஐந்து வருடம் பழையதான ஒரு காரைத்தான் பயன்படுத்திக்கொண்டிருந்தான். ஆண்கள் ஓய்வுக்கூடத்தில் தங்கியிருந்தான்.

என் நிலை, மெல்லின் நிலையைப்போன்றதுகூட இல்லை. லாஸ்ஏஞ்சல்ஸில் ஒரு பழைய விடுதியின் மேலே உள்ள அறை தான் என் அரண்மனை. உணவுக்கும், வாடகைக்கும் பணம் தருவதற்குப் பதிலாக நான் அந்த விடுதியில் தினமும் இரவில் ஒன்றரை மணி நேரம் பரிசாரகனாக வேலை செய்கிறேன். கோடை விடுமுறையில் தொழிற்சாலையில் வேலை செய்து படிப்பிற்குத் தேவையான பயிற்சிக் கட்டணத்தை சம்பாதிக்கிறேன். 1950 மாடல் கார்தான் என் கார். அதன் விலையாக இதுவரை ஐந்து டாலர் மட்டும்தான் கொடுத்திருக்கிறேன்.

எங்களுக்கிடையே இடைவெளிகள் அதிகம் இருந்தாலும் நாங்கள் ஆத்மார்த்தமான நண்பர்கள். இணை பிரியாத தோழர்கள். பெரிய பணக்காரன் என்ற தோரணையையோ, கர்வத்தையோ சார்லஸ் காட்டுவதில்லை. நாங்களும் அவனைத் துதிபாடுவது மில்லை. நாங்கள் தினமும் அவன் வீட்டில் ஒன்று சேர்வது வழக்கமாக இருந்தது. எனவே பியரும், மற்ற பானமும் அவனது பொறுப்பாக இருந்தது. அதன் பங்குத் தொகையை நாங்கள் கொடுக்க வேண்டும் என்றோ, பான்ங்களை நாங்கள் கொண்டு வர வேண்டும் என்றோ சால்ஸ் எப்போதும் கட்டாயப்படுத்தியதில்லை. ஆனால் சில சமயம் நாங்கள் வெளியே சென்று சுற்றுவோம். சில

முறை உணவு விடுதிக்குச் செல்வோம். அந்த நேரங்களிலெல்லாம் மொத்தச் செலவையும் சமமாகப் பகிர்ந்துகொள்ள நாங்கள் மறப்பதில்லை. தயாளம் காட்டுகிறான் என்று எங்களுக்கு சற்றும் சந்தேகம் ஏற்படாத ரீதியில், எங்கள் பொருளாதார நிலைக்கு ஏற்றபடி சால்ஸ் செலவுகளைக் கட்டுப்படுத்துவதுண்டு. நானும், மெல்லும் தாங்கக்கூடிய செலவுகளையே அவன் ஏற்படுத்துவான்.

சால்ஸ் பேச்சைத் தொடர்ந்தான்:

"ஒரு குற்றச் செயலைச் செய்யும்போது வெற்றி நிச்சயம் தான் என்று உறுதிப்படுத்திக்கொள்ள முக்கியமாகச் செய்ய வேண்டிய ஒரு காரியம் இருக்கிறது. குற்றம் புரிபவர், அந்தச் செயல் நடந்து முடியும்போது கண்காணிக்கப் படுபவராக ஆகக்கூடாது. அறிவுள்ள திருடன் முதலில் அதைத்தான் உறுதிப் படுத்திக்கொள்வான். பெரும்பாலும் சந்தேக வலையில் வீழ்ந்து விடாதிருப்பதற்காகப் பல வேலைகள் செய்வார்கள். அவர்கள் எண்ணப்படி மிகப் பெரிய முன்னெச்சரிக்கை நடவடிக்கை முகமூடிதான். ஆனால் திறமையான ஒரு வங்கிக் கொள்ளைக்காரன் என்ன செய்வான் தெரியுமா? போலீஸ் தேடும் திருடனின் உருவத்தையும், தன் சொந்த உருவத்தையும் மிகவும் வேறுபடுத்திக் காட்ட முன்பே திட்டமிடுவான். அவ்வாறு அவன் வங்கிக் கொள்ளையை நிகழ்த்திவிட்டு சாந்தமாக வீட்டுக்குச் செல்வான். அவன் போலீசுக்குப் பயந்து ஓட மாட்டான். சாலைத் தடுப்புகளைச் சந்திக்க வேண்டிய அவசியமும் அவனுக்கு இருக்காது. அந்தக் கெட்டிக்காரத் திருடன் தன்னை யாராவது அடையாளம் கண்டுவிடுவார்களோ என்று அஞ்சவும் மாட்டான். அவன் நேராக வீட்டுக்குச் சென்று முன்புபோல தன் இயல்பு வாழ்க்கையைத் தொடர்வான். அவன் திருடிய அதே வங்கிக்கே அவன் மறுபடியும் செல்லலாம். அங்கே அவனை யாரும் அடையாளம் கண்டு கொள்ள மாட்டார்கள்."

"எனக்கு விஷயம் புரியவில்லை குருவே. அது எப்படி நடக்கும்?" மெல் சந்தேகம் கேட்டான்.

"மாறுவேடம்." சால்ஸ் சுட்டிக்காட்டினான். "பல கொள்ளைக் காரர்கள் திருடிவிட்டு மாறுவேடம் அணிந்து தலைமறைவாக வாழ்வதுண்டு. ஆனால் அறிவுப்பூர்வமாக ஒரு திருடன், திருடு வதற்கு முன்பே மாறுவேடம் அணிந்தான் என்று நான் கேள்விப்பட்டதே இல்லை."

"அந்தப் பிரிங்க்ஸ் கொள்ளைக்காரர்கள் திருடுவதற்கு முன்பே முகமூடி அணிந்திருந்தார்களே?" என்று நான் குறிப்பிட்டேன்.

சால்ஸ் என் கூற்றை அலட்சியமாக மறுத்தான்:

"முகத்தை மட்டும் மறைப்பதற்கான முகமூடியைப் பற்றி நான் சொல்லவில்லை. பார்த்தால் மாறுவேடம் என்றோ, வேறு தோற்றத்தில் வந்திருப்பதாகவோ தெரியாத வகையில் முற்றிலும் இயற்கையாக வேடம் அணிவது. மிகச் சிறந்த ஒப்பனை என்பது தான் நான் சொல்ல வந்ததன் சாரம். உங்களுடைய உருவத்தையும், முகத்தையும் அடியோடு மாற்றிவிடுகிற ஒரு அதி சிறந்த ஒப்பனை. ஆனால், பார்வைக்கு முற்றிலும் இயல்பான தோற்றமாக இருக்கும். ஒரு ஒட்டுத் தாடி வைத்துக்கொண்டு திரிவதைப் பற்றி நான் சொல்லவில்லை. ஹாலிவுட் மேக்கப். நான் அதைத்தான் சொல்கிறேன். திரைப்படங்களில் நடிகர் நடிகைகளின் முகத்தையும், உருவத்தையும் மாற்றுவதைப் பார்த்திருக்கிறீர்கள் அல்லவா. பார்த்தால், அந்த மாற்றங்கள் எல்லாம் ஒப்பனையின் மூலம் ஏற்பட்டவை என்று நமக்குத் தெரியவே தெரியாது. அந்தளவு மிகச் சிறந்த ஒப்பனை அது. திரைப்படத்தில் நடிகர் நடிகைகளின் முக அமைப்பை எப்படி மாற்றுகிறார்கள் என்று தெரியுமா? கன்னத்தின் உள்ளே பஞ்சு திணிக்கும்போது கன்னத்தின் உருவம் மாறும். மூக்கைச் சுற்றி ஒருவித மாவைப் பூசி அதற்கு மேல் தோல் நிற கிரீம் தடவும் போது மூக்கு நீளமாகிறது. அவர்களுக்கு செயற்கையாகக் காதுகள் அமைக்கவும் தெரியும். பஞ்சாலான அட்டைகளைப் பயன்படுத்தினால் உடலின் உருவத்தையும் மாற்றிவிடலாம். ஆனால் முக்கியமான ஒரு விஷயம் இருக்கிறது. ஒப்பனையாளர் திறமையானவராக இல்லையென்றால் காரியம் கந்தலாகிவிடும். ஒரு மாறுவேடம், இது மாறுவேடம் இல்லை இயல்பான தோற்றம்தான் என்று மற்றவர்கள் உணர வேண்டும் என்றால் அந்த மாறுவேடம் ஒரு மிகச் சிறந்த ஒப்பனையாளரின் கைவண்ணமாக இருக்கவேண்டும்."

"இது மிகவும் அருமையான யோசனைதான்." மெல், சால்ஸைப் பாராட்டினான். "ஏன் யாரும் இப்படிச் செய்து பார்க்கவில்லை?"

"வங்கிக் கொள்ளை நடத்துபவனுக்கு அதற்கான மூளை இருக்காது. அப்படி யாராவது இந்த மாறுவேடக் கருத்தைப் பற்றி சிந்தித்தாலும் அதை நேர்த்தியாக நடைமுறைப்படுத்த முடியாமல் நாசமாக்கிவிடுவார்கள். ஆனால் நான் ஒரு களவு

நடத்துகிறேன் என்றால், 'பெஞ்சமின் பாஸ்ட்'டைப் போன்ற ஒரு ஒப்பனை நிபுணரைக் குழுவில் சேர்த்துக்கொள்வேன்."

பெஞ்சமின் பாஸ்ட் யார் என்று சால்ஸ் சொல்லாமலேயே எங்களுக்குத் தெரியும். அகாதெமி விருது (ஆஸ்கர் விருது) பெற்ற ஒப்பனைக் கலைஞர் அவர். விக்டர் ஹ்யூகோவின் 'நாட்டர்டாம் தி பாரீஸி'யை அடிப்படையாகக் கொண்டு சமீபத்தில் ஒரு திரைப்படம் வெளியானது. அந்தத் திரைப்படத்தில் தான் செய்திருந்த ஒப்பனை வேலைகளுக்காக பாஸ்ட், அகாதெமி விருது பெற்றார். ஹாலிவுட்காரர்கள் 'நாட்டர்டாமில் கூனன்' என்று தவறாகச் சொல்கிற அந்தத் திரைப்படத்தின் ஒப்பனைக்காக பெஞ்சமின் பாஸ்ட் பெரும் புகழ் பெற்றார். திரைப்படத்துறையில் பணிபுரியும் தொழில் நுட்பக் கலைஞர்களுக்கு, பொதுவாக இவ்வளவு பெரும் புகழ் கிடைப்பது குறைவு. ஆனால் பெஞ்சமின் பாஸ்ட்டைப் பொறுத்தவரை, மற்றொரு சுவையான சம்பவம் தான் அவரது புகழின் தரத்தை அதிகப்படுத்தியது. அகாதெமி விருது இரவில் ஏற்பாடு செய்யப்பட்டிருந்த விருந்துக்கு புகழ் பெற்ற இரண்டு நடிகர்கள் வந்தார்கள். பாஸ்ட், ஒரு தமாஷுக்காக அவர்கள் இருவருக்கும் ஒரே மாதிரி ஒப்பனை செய்திருந்தார். பார்த்தால் இருவரும் அச்சு அசலாக ஒரே மாதிரி இருந்தார்கள். வெகு நேரத்திற்குப் பிறகுதான் மற்றவர்களுக்கு உண்மை தெரிந்தது. அதுவும் அந்த இரண்டு நடிகர்களும் தொலைக்காட்சியில் தங்கள் ஒப்பனையைக் களைந்தபோது, அதுவரை அந்த விஷயம் யாருக்கும் தெரியவில்லை.

மெல் அடுத்த கேள்வியை எழுப்பினான்:

"வங்கிக் கொள்ளைக்காக பாஸ்ட்டைப்போன்ற ஒருவரை எப்படி வாடகைக்கு எடுப்பது? உன்னைப்போல அவருக்கும் பணத்திற்குத் தட்டுப்பாடு இல்லையல்லவா?"

"ஒருக்கால் என்னைப்போன்று அவரும் இந்த அறிவுப் பயிற்சியை விரும்பலாம் அல்லவா?" சால்ஸ் பெரிதாகச் சிரித்தான்.

முதல்நாள் விவாதங்கள் அங்கே முற்றுப் பெற்றன. சில இரவுகளுக்குப் பிறகு ஒரு ஞாயிற்றுக் கிழமையில் வழக்கம்போல நாங்கள் சால்ஸின் வீட்டில் கூடினோம். பியர் சுவைத்தபடி, ஹைபையின் பாட்டைக் கேட்டு மகிழ்ந்திருந்தோம். அப்போது தான் சால்ஸ் சாதாரணமாகப்போல மீண்டும் விஷயத்தைத் தொடர்ந்தான்:

"வங்கியின் மிகப் பெரிய முதலீட்டாளர்களில் ஒருவராக இருப்பதால் சில பிரத்தியேக லாபங்கள் உண்டு. அது தெரிந்தால் ஒருக்கால் வில் பட்டனுக்குப் பொறாமை ஏற்படலாம்."

சால்ஸ் சொன்னதைக் கேட்டு நானும் மெல்லும் ஒருவரை ஒருவர் பார்த்துக்கொண்டோம். சால்ஸ் சொன்னதன் முக்கியத்துவம் எங்களுக்குப் புரியவில்லை.

"காக்ஸ்டன் ட்ரஸ்ட் வங்கிதான் நான் கணக்கு வைத்திருக்கும் வங்கி என்று உங்களுக்குத் தெரியும்தானே. அது வில்ஷயர் சாலையில் எட்டு கட்டடங்களுக்கு அந்தப் பக்கம் இருக்கிறது."

"உன் வங்கி எதுவென்றும், அது எங்கே இருக்கிறது என்றும் எங்களுக்குத் தெரியும். நீ ஒவ்வொரு முறை பணம் போடும் போதும் அந்த வங்கியின் சுவர்கள் வெளிப்புறமாகப் பிதுங்குவ துண்டு." நான் நகைச்சுவையாகச் சொன்னேன். சால்ஸ் சிரித்தான்.

"கடந்த வெள்ளிக் கிழமை மதியத்திற்குப் பிறகு நான் வங்கிக்குச் சென்றிருந்தேன். பணம் போடுவதற்காகத்தான் சென்றேன். அந்த வேலை முடிந்ததும் வங்கியின் தலைவரைப் பார்க்கச் சென்றேன். அவர் அன்புடன் என்னை அழைத்துச் சென்று அந்தக் கட்டடம் முழுவதையும் சுற்றிக் காட்டினார். நான் ஒரு முக்கியமான முதலீட்டாளர் என்பதால் நான் கேட்ட கேள்விகளுக் கெல்லாம் மகிழ்ச்சியுடன் பதில் சொன்னார். ஒரு நேரத்தில் வங்கியில் எவ்வளவு பணம் இருக்கும் என்று நான் கேட்டேன். வெள்ளிக் கிழமை வங்கி அடைக்கப்போகும் நேரத்தில்தான் வங்கிக்கு மிகவும் அதிகமான பணம் வரும். சாதாரணமாக அன்று வங்கிப் பெட்டகங்களில் ஒன்றரை லட்சம் டாலர்வரை இருக்கும்."

மெல் ஹாரிசன் மெல்லச் சீழ்க்கையிட்டான்.

"வெள்ளிக் கிழமைகளில் மாலை ஆறு மணிக்குத்தான் வங்கியை அடைப்பார்கள். ஆனால் வங்கிப் பெட்டகங்கள் ஏழு மணிவரை திறந்திருக்கும்."

சால்ஸ் தொடர்ந்தான்:

"வாரக் கடைசி விடுமுறைக்கு முன்பாக காசாளர்கள் தங்களின் கையிருப்புப் பணத்தைக் கணக்கிடுவதற்காக நேரம் கொடுக்கப் படும். அதனால்தான் பெட்டகங்களை ஒரு மணிநேரம் அதிகமாகத் திறந்து வைத்திருப்பார்கள். கவுண்ட்டரைக் கடந்தால் நேராகப் பெட்டகத்தை அடைந்துவிடலாம். அவ்வளவு சுலபம். பிறகு

தலைவர், வங்கியில் பொருத்தப்பட்டிருக்கும் எச்சரிக்கை மணி அமைப்பையும் என்னிடம் காட்டினார்."

நானும் மெல் ஹாரிசனும் அமைதியாக இருந்தோம். "நான் சும்மா ஒரு சுவாரஸ்யத்திற்காகத்தான் ஒரு திட்டத்தைத் தயாரித்தேன்" என்று சால்ஸ் சொன்னான். பிறகு அவன் எழுந்து மேசை மீது இருந்த ஒரு காகிதத்தை எடுத்துக் காட்டினான். அந்தக் காகிதத்தை மேசை மீது விரித்து வைத்த பிறகு அது என்னவென்று அறிந்துகொள்வதற்காக நானும் மெல்லும் அருகே சென்று பார்த்தோம். அந்தக் காகிதத்தில் ஒரு கட்டடத்தின் திட்ட வரை படம் வரையப்பட்டிருந்தது.

நானும் மெல்லும், "இது வங்கியின் வரைபடமா?" என்று கேட்டோம்.

"ஆமாம், ஆமாம். இதுதான் முன்புற வாயில். வில்ஷயர் தெருவைப் பார்த்தவாறிருக்கிறது." சால்ஸ் ஒரு பென்சிலால் வாயிலைத் தொட்டுக் காட்டினான். "இது பின்புற வாயில். இது, கட்டடத்தின் பின்னால் உள்ள வாகனம் நிறுத்தும் இடத்திற்குச் செல்லும் வழி. இது, கட்டடத்தின் உள்ளே நுழையவும், வெளியே செல்லவும்; மொத்தம் இந்த இரண்டு வாயில்கள் மட்டும்தான் இருக்கின்றன."

சால்ஸ் பென்சிலால் அந்தப் படத்தில் உள்ள பல முக்கியமான இடங்களை எங்களுக்குச் சுட்டிக் காட்டினான். "இந்த நீளமான, அகலம் குறைந்த நெடிய சதுர உருவங்கள் கவுண்ட்டர்கள். அவற்றின் இடையே உள்ள பகுதி, உட்புறமாகவும் வெளிப்புற மாகவும் திறக்கும் கதவுகளாகும். ஏறத்தாழ இடுப்பளவு உயரமுள்ள கதவுகள். வலது புறம் தெரிகிற கவுண்ட்டர்களில்தான் காசாளர்கள் இருப்பார்கள். வலது புறத்தில் மேலே பேரேடுகள் பாதுகாக்கும் துறை இருக்கிறது. இடது புறத்தில் மேலே தெரியும் விசாலமான இடம்தான், தலைவர் தவிர்த்த வங்கி ஊழியர்களுக்கான மேசைகள் இருக்கும் இடம். 'கேஷியர் பாக்ஸ்' போன்ற அறைகள் எங்கும் இல்லை. எல்லா இடத்திலும் இடுப்பளவு உயரமுள்ள கவுண்ட்டர்கள் இருக்கின்றன. வேலை நாட்களில் தலைவரைத் தவிர மற்ற எல்லா ஊழியர்களும், திறந்த இடத்தில்தான் இருப்பார்கள். அது இடது பக்கம் கீழே இருக்கிறது பாருங்கள். தலைவருக்கு மட்டும்தான் தனிப்பட்ட அறை இருக்கிறது. ஆனால் அவர் வெள்ளிக் கிழமையில் ஐந்து மணிக்குத்தான் செல்வார். நாம் திருடும்போது இயல்பாகவே அந்த அறை காலியாக இருக்கும்."

வலதுபுறம் கீழே இருந்த ஒரு சமச் சதுரத்தை சுட்டிக் காட்டி நான் கேட்டேன்: "இது என்ன?"

"அதுதான் ஸ்விச் போர்டு. அதைப் பற்றி விரிவாகப் பிறகு சொல்கிறேன். ஆக மொத்தம் வங்கியில் உள்ளது ஒரே ஒரு காவலாளிதான். வங்கியைப் பூட்ட வேண்டிய நேரம் வரும்போது அவர் முதலில் பிரதான கதவைப் பூட்டுவார். பிறகு பின்புறக் கதவைப் பூட்டுவார். வங்கி பூட்டப்பட்ட உடனே திருட்டு நடக்கும்."

இது சால்ஸின் மூளைப் பயிற்சி மட்டும்தான் என்று நானும். மெல் ஹாரிசனும் நினைத்துக்கொண்டிருந்தோம். சால்ஸை மகிழ்ச்சிப்படுத்துவதற்கான பயிற்சி, அவ்வளவுதான்.

'திருட்டு நடக்கும்' என்று சால்ஸ் சொன்னது, திருடும் நோக்கத்துடன் அல்லவென்று அப்போதும் நாங்கள் நம்பினோம்.

"கதவுகளைக் காவலாளி பூட்டிவிடுவார் என்றுதானே சொன்னாய்? அப்படியென்றால் நாம் எப்படி உள்ளே செல்வோம்?" மெல் சந்தேகம் கேட்டான்.

மெல்லைப் பார்த்துப் பரிவுடன் சிரித்தான் சால்ஸ். "நாம் கதவைப் பூட்டுவதற்கு முன்பே உள்ளே சென்றுவிட்டோம் அல்லவா. வங்கியைப் பூட்டுவதற்கு சற்று முன்புதான் நாம் உள்ளே செல்வோம். சென்றவுடன் பணம் கட்டும் படிவமோ, வேறு ஏதாவதோ எடுத்து அவற்றை எழுதிப் பூர்த்தி செய்யும் பாவனையில் நேரத்தைக் கடத்துவோம். ஹாரியின் கையில் சிறு பெட்டி இருக்கும். அதன் உள்ளே துணியாலான பணப் பைகளைத் தவிர வேறெதுவும் இருக்காது. நானும் மெல்லும் வெறும் கையுடன் வருவோம். வங்கியைப் பூட்டுவதற்கான நேரம் வந்தாலும், நாம் செல்லும்போது அங்கே சிலராவது இருப்பார்கள். அவர்களின் வேலை முடியும்போது அவர்களைப் பின்புற வழியில்தான் வெளியே விடுவார்கள். அங்கே காவலாளி இருப்பார். ஒவ்வொரு வரும் வெளியே வரும்போது அவர் பூட்டிய கதவைத் திறப்பார். மற்ற எவரையும் அவர் உள்ளே நுழையவிடமாட்டார். கடைசி ஆள் வெளியேறும்வரை நாம் சும்மா பொழுது போக்கிக் கொண்டிருப்போம். கடைசி ஆளும் வெளியேறிய பிறகுதான் நம் வேலை தொடங்கும்."

நான் கேட்டேன்: "எப்படி"

"மெல் பின்வாயிலை நோக்கிப் பாய்வான். காவலாளி கதவைத் திறப்பதற்காகக் குனியும்போது, மெல் துப்பாக்கி முனையில் காவலாளியின் ஆயுதங்களைக் கைப்பற்றுவான். காவலாளியைத் தவிர மற்ற யார் கையிலும் ஆயுதம் இருக்காது என்பதும் அன்று நான் தெரிந்துகொண்ட உண்மை. அதிகாரிகளும் ஆயுதத்தை உடலுடனோ, மேசை இழுப்பறையிலோ வைத்திருப்பதில்லை. ஆயுதத்தைக் கையாள்வதில் நன்கு தேர்ச்சி பெறாதவர்கள் ஆயுதத்தை வைத்துக்கொள்ளக் கூடாது என்பது வங்கியின் கொள்கை. வங்கியின் பாதுகாப்பிற்காக தாங்கள் ஆபத்தை ஏற்படுத்திக்கொள்வது நல்லது அல்ல என்பது வங்கியின் நம்பிக்கை."

"சரி. மெல் காவலாளியைக் கவனித்துக் கொண்டிருக்கும் போது நாம் இருவரும் என்ன செய்வோம்?" நான் கேட்டேன்.

படத்தில் வரைந்திருந்த ஒரு கதவைப் பென்சிலால் சுட்டிக்காட்டி சால்ஸ் சொன்னான்:

"இதோ இந்தக் கதவு வழியாக நான் நேராக ஸ்விச் போர்டுக்குச் செல்வேன். முன்பே நான் பாக்கெட்டில் வைத்திருக்கும் குறடால் ஸ்விட்ச் போர்டுக்குச் செல்லும் வயர்களையெல்லாம் துண்டித்துவிடுவேன். அவ்வாறு நான் வங்கிக் கட்டடத்திலிருந்து வெளியே தொலைபேசியில் அழைக்கும் வாய்ப்புகளை இல்லாமல் செய்வேன். அப்படிச் செய்துவிட்டு, நான் துப்பாக்கியைக் காட்டி அச்சுறுத்தி எல்லா ஊழியர்களையும் ஹாலின் ஒரு பகுதியில் வரிசை வரிசையாக குப்புறப்படுக்க வைப்பேன். அதே நேரத்தில் நீங்களும் மறுபுறமுள்ள ஊழியர்களை மற்ற மூலையில் குப்புறப் படுக்க வைக்கவேண்டும். மெல்லும் நானும் துப்பாக்கி யைக் காட்டி எல்லா ஊழியர்களையும் அச்சுறுத்தி வைப்போம். அந்த நேரத்தில்தான் நீ பெட்டகத்தை நெருங்க வேண்டும். சிறிய பெட்டியில் உள்ள பைகளில் பணத்தை அள்ளித் திணிக்க வேண்டும். பிறகு வலது புறத்தில் உள்ள காசாளர் கவுண்ட்டரையும் காலி செய்ய வேண்டும்."

"வங்கியின் எச்சரிக்கை மணி? அபாய அறிவிப்பிற்கான அந்தப் பித்தானை யாராவது அழுத்தாதிருப்பார்களா? இந்தக் களேபரத்தினிடையில் அதை எப்படித் தவிர்க்க முடியும்?" மெல் சந்தேகம் கேட்டான்.

"நிச்சயமாகப் பலர் அந்தப் பித்தானை அழுத்துவார்கள். ஆனால் எச்சரிக்கை மணி செயல்படாது; ஏனென்றால் அதற்குத்

தேவையான மின்சாரம் அங்கே இருக்காது." மெல்லின் சந்தேகத்தைப் போக்கினான் சால்ஸ்.

நான் கேட்டேன்: "நாம் அதை எப்படிச் சாதிப்போம்?"

"வங்கியிலிருந்து சற்றுத் தள்ளி ஒரு மின்மாற்றி இருக்கிறது. அது ஒரு பக்கவாட்டுச் சாலையில் இருக்கிறது. மின்மாற்றியிலிருந்து மின்சாரம் செல்லும் கம்பிகளைத் துண்டித்துவிட்டால் அந்தச் சுற்று வட்டாரத்தில் எந்த இடத்திலும் மின்சாரம் இருக்காது."

"எல்லோரும் பார்த்துக்கொண்டிருக்கும்போது நான் அந்த மின்மாற்றியில் ஏறி கம்பிகளைத் துண்டிக்க வேண்டும் என்றா சொல்கிறாய்?" என்று நான் கேட்டேன்.

"அல்ல. அங்கே தான் நீ உன் திறமையைக் காட்ட வேண்டும். உனக்கு துப்பாக்கியை நன்றாகப் பயன்படுத்தத் தெரியும் அல்லவா, பக்கவாட்டுச் சாலையில் ஒரு சந்தின் முன்பாக அந்த மின்மாற்றி இருக்கிறது. ஆறு மணி ஆக ஐந்து நிமிடங்கள் இருக்கும்போது நாம் அந்தச் சந்துக்குச் செல்ல வேண்டும். காரை அங்கே நிறுத்திவிட்டு நீங்கள் துப்பாக்கியுடன் வெளியே வந்து அந்தக் கம்பிகளைச் சுட்டுத் துண்டிக்க வேண்டும். ஏறத்தாழ முப்பதடி உயரம்தான் இருக்கும். இந்தளவே இடைவெளி இருப்பதால் துப்பாக்கியால் சுட்டு நீ அந்த கம்பிகளைத் துண்டித்து விடலாம் என்று கருதுகிறேன்."

"இந்தளவுதான் தூரம் என்றால் ஒரு குண்டூசியைக்கூட நான் துண்டிப்பேன். ஆனால் சுற்றுப்பாட்டில் ஆட்கள் இருக்க மாட்டார்களா?"

"அதனால் என்ன? உன் குறும்பைப் பார்த்தவுடன் உன்னை ஏதாவது செய்வதற்கான விருப்பம் அவர்களுக்கு ஏற்படலாம். ஆனால் அதற்கு முன்பே நாம் காரில் ஏறிப் போய்விடுவோமே! பிறகு பயப்படுவதற்கு என்ன இருக்கிறது? பிறகு நாம் நேராக இந்த வங்கிக்குச் செல்வோம். நம் கார் - அது திருடப்பட்ட வாகனமாக இருக்கும். அதை வாகனம் நிறுத்தும் பகுதியில் விட்டுவிட்டு நாம் ஆறு மணிக்கு முன்பே வங்கிக்குள் நுழைவோம். அப்புறம் நம் ஒருவரின் கார், வங்கியிலிருந்து சற்றுத் தூரத்தில் உள்ள ஒரு பக்கவாட்டுச் சாலையில் நிறுத்தப்பட்டிருக்கும். என் கார், பார்த்தால் அடையாளம் கண்டுகொள்வதுபோன்று இருப்பதால் அதைப் பயன்படுத்தக்கூடாது. நாம் கொள்ளையடித்துவிட்டு

காவலாளியின் கையிலிருந்து சாவியை வாங்கிக்கொண்டு வெளியே செல்வோம். வெளியிலிருந்து கதவைப் பூட்டுவோம். வங்கியில் பணிபுரியும் சில ஊழியர்களிடம் கதவைத் திறப்பதற்கான சாவி இருக்கலாம். ஆனால் அவர்கள் அதைத் தேடி எடுத்து, கதவைத் திறந்து 'லபோ திபோ'வென்று கூச்சலிடத் தொடங்கும் போதெல்லாம் நாம் காரில் ஏறிப் பறந்திருப்போம். அபாய எச்சரிக்கை கொடுக்கும்போதெல்லாம், நாம் திருடிய காரை விட்டுவிட்டு நம் சொந்தக் காரில் ஏறிவிட்டிருப்போம். இங்கிருந்து அதிக பட்சம் எட்டுக் கட்டடங்கள் இடைவெளியில்தான் வங்கி இருக்கிறது. போலீஸ் வங்கிக்கு வரும்போது நாம் என் வீட்டுக்குத் திரும்பி வந்து ஒப்பனைகளைக் கலைத்துக்கொண்டிருப்போம்."

கட்டடத்தின் வரைபடத்தைப் பார்த்து மெல் வியப்புடன் தலையசைத்தான். "டேய் பையா! நீ எல்லாவற்றையும் மிக விரிவாகச் செய்து வைத்திருக்கிறாயே. முக்கியமான விஷயம் விடுபட்டிருக்கிறது. அது இல்லாவிட்டால் நான் இந்தத் திட்டத்தில் சேரமாட்டேன்."

மெல்லின் கருத்துக்கு நான் ஆதரவளித்தேன், "நான் நினைப்பதும் அதுதான். ஐம்பதாயிரம் டாலர் கிடைத்தால் எனக்கு அது உதவியாக இருக்கும்."

சால்ஸ் முகம் சுளித்தான். "நீங்கள் என்ன சொல்கிறீர்கள்? முக்கியமான ஒரு விஷயம் விடுபட்டுவிட்டது என்றா சொல் கிறீர்கள்?"

அதற்கு மெல் ஹாரிசன்தான் பதில் சொன்னான்:

"முற்றிலும் அதிகாரப்பூர்வமான உன் இந்தக் கொள்ளைத் திட்டம் திறமையான ஒப்பனையைத்தான் அடிப்படையாகக் கொண்டிருக்கிறது. அந்தப் பிரச்சினைக்கு நீ இதுவரை வழி கண்டு பிடிக்கவில்லையே?"

"அந்தப் பிரச்சினைக்கு நான் வழி கண்டுபிடித்து விட்டேன். நாம் பெஞ்சமின் பாஸ்ட்டை உதவியாளராகத் தேர்ந்தெடுப்போம். அவ்வளவுதான்."

"சொன்னால் மட்டும் பிரச்சினை தீர்ந்ததென்று நினைக்காதே மேதையே! பாஸ்ட் உன் திட்டத்துக்கு ஒத்துழைப்பார் என்று எனக்குத் தோன்றவில்லை."

சால்ஸுக்கு அது பிடிக்கவில்லை. அவன் முகம் பட்டென்று சிவந்தது. "கருத்துச் சொல்வதற்கான சுதந்திரம் உங்களுக்கு நிச்சயம்

உண்டு. ஆனால் என்னைப் பொறுத்தவரை எல்லாப் பிரச்சினை களும் தீர்க்கப்பட்டுவிட்டன."

சால்ஸின் குரலில் ஏற்பட்ட வித்தியாசம் எனக்கு வியப் பூட்டியது. நான் அவனைப் பொருள் பொதிந்த பார்வையுடன் நோக்கினேன்.

"நீ எதற்கு எரிச்சலடைகிறாய்? இது சும்மா ஒரு மானசீகப் பயிற்சிதானே! ஒருவருக்கொருவர் நன்கு ஒத்துழைத்துச் செயல்பட முடியுமா என்று சும்மா சோசித்துதானே பார்க்கிறோம்."

நான் சொன்னது சால்ஸுக்கு மேலும் கடுப்பேற்றியது. என்றும்போல நாங்கள் அவன் திட்டத்திற்கு நிபந்தனையற்ற ஆதரவைத் தரவேண்டும் என்று அவன் எதிர்பார்த்திருந்தான். இந்த முறை நாங்கள் அப்படிச் செய்யாமலிருந்ததை, சாதாரணமாகப் பொறுத்துக்கொள்ளக்கூடிய ஒன்றாக சால்ஸ் நினைக்கவில்லை. பதினைந்து நிமிடங்களுக்குப் பிறகு நானும் மெல்லும் விடைபெற்றுப் புறப்பட்டபோதும் சால்ஸ் ஆஷ்லி, தன் மமதைக்கு ஏற்பட்ட காயத்தைத் தடவிக் கொண்டிருந்தான்.

நாங்கள் அடுத்த வெள்ளிக் கிழமையன்று அவன் வீட்டுக்குச் சென்றோம். அப்போதுதான், தன் வாதங்களும், ஆய்ந்தறியும் திறனும் எவ்வளவு துல்லியமானவை என்று எங்களை நம்பச் செய்வதற்காக சால்ஸ் அடக்க முடியாத ஆர்வம் கொண்டிருந்தது புரிந்தது. நான் போகிற வழியில் ஓய்வுக் கூடத்திற்குச் சென்று மெல்ஹாரிசனையும் துணைக்கு அழைத்துக்கொண்டேன். இரவு மணி ஒன்பதானபோது நாங்கள் சால்ஸ் வீட்டுக் கதவைத் தட்டினோம். எவரோ அந்நியர் வந்துதான் கதவைத் திறக்கிறாரோ என்று எனக்குச் சந்தேகமாக இருந்தது. சால்ஸின் முகம் வழக்கத்திற்கு மாறாக இருந்தது. அவன் கன்னங்கள் இயல்பு நிலையைவிட உப்பியிருந்தன. மூக்கு சற்றதிகமாகச் சப்பையாகியிருந்தது. முடி நரைத்து முகத்தில் சுருக்கங்கள் விழுந்திருந்தன. நான் மேலும் நன்றாகக் கூர்ந்து பார்த்தேன். அப்போதுதான் அவன் முகத்தில் கொழுப்பு பூசியிருக்கிறான் என்றும், மூக்கைச் சப்பை மூக்காக மாற்ற மண்பசை பயன்படுத்தியிருக்கிறான் என்றும் புரிந்தது. குபீரென்று சிரித்தேன். சற்று நேரம் திகைத்து நின்றுவிட்டு மெல் ஹாரிசனும் சிரிப்பில் கலந்துகொண்டான். சிரித்துச் சிரித்து நாங்கள் தரையில் விழுந்து புரண்டோம். உணர்ச்சியற்று சற்று நேரம் எங்களைப் பார்த்துக் கொண்டிருந்த சால்ஸ் திரும்பி நடந்தான். சிரிப்பை

அடக்க முடியாமல் நானும் மெல்லும் ஒருவரை ஒருவர் தாங்கிப் பிடித்துக்கொண்டு கூடத்திலிருந்து உள்ளே சென்றோம். இது சற்று அதிகப்படியானது என்று குறிப்புணர்த்தும் ரீதியில் சால்ஸ் பலமாக இருமினான். குளியலறைக் கதவை இழுத்துச் சாத்தி உள்ளே சென்றான். பதினைந்து நிமிடங்களுக்குப் பிறகுதான் வெளியே வந்தான். அப்போது நாங்கள் ஏறக்குறைய இயல்பு நிலைக்கு வந்திருந்தோம். சால்ஸ் ஒப்பனையெல்லாம் துடைத்துச் சுத்தமாக்கியிருந்தான்.

"நான் முதலில் சொன்ன விஷயம் இப்போது சந்தேகத்திற்கிடமின்றி நிரூபிக்கப்பட்டுவிட்டது. வெறும் ஒரு சாதாரண ஒப்பனையாக இருந்தால் ஒருபோதும் நாம் எதிர்பார்க்கும் பலன் கிடைக்காது. ஆனால் பெஞ்சமின் பாஸ்ட் என்ன செய்தார்? அவர் ராபர்ட் கூடினை டிப் கால்வினாக மாற்றினார். டிப் கால்வினை ராபர்ட் கூடினாகவும் மாற்றினார். அகாதெமி விருது இரவில் பங்கேற்ற யாருக்கும் அந்த வித்தியாசத்தைப் புரிந்துகொள்ள முடியவில்லை. அந்த நடிகர்கள் ஒப்பனையுடன், நிகழ்ச்சி முடிவதுவரை, ஒளிமயமான அந்தக் கூடத்தில் எல்லோரும் பார்க்கும்படிதான் இருந்தார்கள். ஆயினும் ஒருவருக்குக்கூட சந்தேகம் ஏற்படவில்லை. அதுதான் 'ஒப்பனை' என்னும் கலையின் மகிமை." என்று விவரித்தான் சால்ஸ்.

"அது பெஞ்சமின் பாஸ்ட். அவரளவு திறமை உனக்கு இல்லையே?" என்று நான் சுட்டிக் காட்டினேன். அதைக் கேட்டு சால்ஸின் முகம் வெளிறியபோது, தன் மாறுவேடம் மிகப் பிரமாதமாக இருக்கிறதென்று அவன் நம்பிக்கொண்டிருந்தானோ என்று நான் சந்தேகித்தேன்.

"அப்படியென்றால் நாம் பெஞ்சமின் பாஸ்ட்டையும் நம் திட்டத்தில் பங்கேற்கச் செய்வோம்." மிக உறுதியுடன் சால்ஸ் சொன்னான். அதைக் கேட்டு நான் சால்ஸை ஆர்வத்துடன் பார்த்தேன்.

"அப்படியென்றால் என்ன அர்த்தம்? இந்தக் கற்பனைப் பிரச்சினையை அவரிடம் தெரியப்படுத்திவிட்டு இதற்கு ஒரு கற்பனையான தீர்வைக் கேட்க வேண்டும் என்கிறாயா? இந்தக் கற்பனைக் கொள்ளையில் பங்கேற்கிறீர்களா என்று அவரிடம் கேட்கப்போகிறோமா?" என்று நான் கேட்டேன்.

மெல், "அதனால் என்ன லாபம்?" என்று கேட்டான். "இல்லையென்றால் அவர் இந்தக் கற்பனை நிகழ்ச்சியில் பங்கேற்கச்

சம்மதிக்கிறார் என்று வைத்துக்கொள்வோம்; உண்மையைச் சொன்னால் எனக்கு அதில் நம்பிக்கையில்லை. ஆயினும் அவர் என்ன பதில் சொல்வார். போய் மனநோய் மருத்துவர் யாரையாவது பார்ப்பதுதான் நல்லது என்று அவர் சொல்வார். அதனால் நம் பிரச்சினைக்குத் தீர்வு கிடைக்குமா? நிஜமான ஒரு வங்கிக் கொள்ளையை நிகழ்த்த அவர் உதவி ஒத்தாசைகள் செய்வார் என்று எங்களுக்கு நம்பிக்கை ஏற்பட வேண்டும். நமது வங்கிக் கொள்ளைத் திட்டத்தில் எந்த ஓட்டையும் இல்லையென்றும், அதைச் சுலபமாக நடைமுறைப்படுத்தலாம் என்றும் பாஸ்ட் சொல்வதாலோ, ஏற்றுக்கொள்வதாலோ விஷயம் முடிந்துவிடாது."

"நான் அவரைப் பங்கேற்கச் செய்வேன் என்றுதானே முன்பே சொன்னேன்?" சால்ஸ் உஷ்ணமடைந்தான். "நிஜமான வங்கிக்கொள்ளையைப் பற்றித்தான் நான் சொல்கிறேன்."

மெல்லும் நானும் உரத்துச் சிரித்தோம் என்றாலும் உடனே எங்கள் சிரிப்பு நின்றது. ஒரு நெடிய மௌனத்திற்குப் பிறகு நான் சொன்னேன்: "நீ சொல்வது எனக்குப் புரியவில்லை."

"அனைத்திலும் சந்தேகங்கள் எழுப்பும் உங்களையெல்லாம் நம்பச் செய்வதற்கு ஒரு வழிதான் இருக்கிறது. உண்மையான ஒரு வங்கிக் கொள்ளையை நிகழ்த்துவது என்பதுதான் அது." சால்ஸ் கேட்டான், "உங்களுக்கு அதற்கான தைரியம் இருக்கிறதா?"

நானும் மெல்லும் ஒருவர் முகத்தை ஒருவர் பார்த்து முழித்தோம். கால்பந்து விளையாட்டில் 'ஃபுல் பேக்' ஆட்டக்காரனான மெல் மெலிதாகச் சீழ்க்கையிட்டான்.

"ஓ, சால்ஸ்! நீ உண்மையாகத்தான் சொல்கிறாயா?" என்று நான் கேட்டேன்.

"என் வாழ்க்கையில் நான் இவ்வளவு தீவிரமான மன நிலையில் ஒருபோதும் இருந்ததில்லை. வேண்டுமென்றால் உங்களுக்கு இரட்டைப் பலன் கிடைப்பதற்கான ஒரு சலுகையையும் தருகிறேன். என் பங்கை நீங்கள் இருவரும் பிரித்துக் கொள்ளுங்கள். நான் இந்தப் பிரச்சினையைத் திறமையாகத் தீர்த்தேன் என்று உங்களை ஏற்றுக்கொள்ளச் செய்யும்போது கிடைக்கும் திருப்தியே எனக்குப் போதும்!"

சால்ஸ் சொன்னதன் அர்த்தம் புரிந்தபோது என் உடல் சிலிர்த்தது. அத்துடன் வங்கிக் கொள்ளைதான் விஷயம் என்று

நினைத்தபோது பீதியும் ஏற்பட்டது. எழுபத்தைந்தாயிரம் டாலர் கிடைத்தால் என்னவெல்லாம் செய்ய முடியும் என்று நான் நினைத்துப் பார்க்காதிருக்கவில்லை. பட்டப் படிப்பு முடிந்ததும் சொந்தமாக ஒரு தொழில் தொடங்க அந்தப் பணம் போதும். அதுவரை நான், படிப்பு முடிந்தவுடன் ஒரு பெரிய அலுவலகத்தில் சுமாரான சம்பளம் கிடைக்கும் ஒரு வேலையில் சேர்வதைப் பற்றித்தான் நினைத்துக்கொண்டிருந்தேன். அந்த வேலையில் பணி உயர்வு கிடைத்து கடைசியில் ஒரு சிறிய அதிகாரியாக ஓய்வு பெற முடியும். இதுதான் என் வாழ்க்கையின் நோக்கமாக இருந்தது. ஆனால் எழுபத்தைந்தாயிரம் கிடைத்தால், என் சொந்த நிறுவனத்தின் தலைவராக நான் ஏன் வாழ்வைத் தொடங்கக் கூடாது என்றெல்லாம் நான் கனவு கண்டேன்.

என்னைப்போலவே மெல் ஹாரிசனும் கற்பனை உலகத்தில் திளைத்துக்கொண்டிருந்தான். ஆனால் அவனுக்கு விஷயங்கள் இருக்கும் நிலை புரிவதற்கு அதிக நேரம் தேவைப்பட்டது என்பதுதான் வித்தியாசம். எந்த விதமான தொழில் தொடங்கினால் நல்லது என்று நான் யோசித்துக்கொண்டிருக்கும்போது, மெல் ஹாரிசன் 'எவ்வளவு பெரிய தொகை இது!' என்ற கலக்கத்திலிருந்தும் வியப்பிலிருந்தும் மெல்ல விடுபட்டுக்கொண்டிருந்தான். சற்று நேரமானபோது குழப்பமும் தடுமாற்றமும் அவன் முகத்திலிருந்து மெல்ல மறைந்தன. லாப நஷ்டங்களைக் கணக்கிடும் தன்மையில் அவன் சிந்தனையில் ஆழ்ந்தான். கடைக்கண் மூலம் ஒரு கேள்வி பாவத்தை என்னை நோக்கி எறிந்தான். நான் உடனே தொண்டையைச் சரிப்படுத்திக்கொண்டு பேசத் தொடங்கினேன்.

"வங்கியைக் கொள்ளையடிக்க முயற்சிப்பவர்களை சிறையில் அடைப்பார்கள் என்று கேள்விப்பட்டிருக்கிறேன்." நான் என் அவநம்பிக்கையையும் அச்சத்தையும் தமாஷ் உருவத்தில் வெளியிட்டேன்.

"அது போலீஸ் பிடித்தால்தானே அப்படியாகும்?" சால்ஸ் சொன்னான். "என் திட்டம் எந்தப் பிழையுமற்றது."

"பெஞ்சமின் பாஸ்ட்டை உட்படுத்தினால் மட்டும்தான் உன் திட்டம் பிழையற்றதாகும். அதையெப்படி சாத்தியப்படுத்தலாம் என்று நினைக்கிறாய்?" நான் கேட்டேன்.

"ஓ! அதையெல்லாம் நான் சரிப்படுத்திவிட்டேன்." அற்பமான பிரச்சினை என்பதுபோல சால்ஸ் அதைப் புறக்கணித்தான். "நீங்கள் தயாரா இல்லையா? அதைச் சொல்லுங்கள்!" என்றான் சால்ஸ்.

மெல்லும் நானும் மீண்டும் ஒருவரை ஒருவர் பார்த்துக் கொண்டோம். சற்று நேரம் கழித்துதான் மெல் பேசினான்:

“ஹாரி, நீ இந்தத் திட்டத்தை நிறைவேற்றுவதில் உடன்படுகிறாய் அல்லவா?”

“உனக்கும் அதே கருத்துதானே மெல்?” நான் திருப்பி யடித்தேன்.

“எழுபத்தையாயிரம் டாலர் கொண்டு என்னால் பலவற்றைப் பெற முடியும். ஆனால் அதற்காக பத்து வருடம் சிறையில் கிடக்க வேண்டிய யோகத்தை தலையில் சுமக்க வேண்டுமா என்று தான் யோசிக்கிறேன்.”

“எந்த விதத்திலும் பிழையற்ற ஒரு திட்டத்தைத்தான் நான் தயாரித்திருக்கிறேன். உங்களை ஆபத்தில் சிக்க வைக்க வேண்டும் என்ற நோக்கம் எனக்கு இல்லை. குறைபாடுள்ள ஒரு திட்டத்தின் அடிப்படையில் நான் உங்களை அழைக்கவே மாட்டேன்.” சால்ஸ் சலிப்பான குரலில் கூறினான்.

“பாஸ்ட்டின் உதவியை எப்படிப் பெறுவது? இதற்கு உன் திட்டம் என்ன?” மெல் சந்தேகத்தை வெளிப்படுத்தினான்.

“அதை நினைத்து வருத்தப்பட வேண்டாம். அந்த விஷயத்தை நான் பார்த்துக்கொள்கிறேன். நேரம் வரும்போது உங்களுக்கு விவரம் சொல்கிறேன்.” என்றான் சால்ஸ்.

“அதை நான் இப்போதே தெரிந்துகொள்ள வேண்டும்.” மெல் கட்டாயப்படுத்தினான். அப்போது நான் தலையிட்டேன்.

“பெஞ்சமின் பாஸ்ட்டை குழுவில் சேர்க்க சால்ஸால் முடியவில்லை என்றால் நாம் அப்போது பின்வாங்கிவிடலாம். அல்லவா? அல்லது பாஸ்ட் கிடைத்தாலும், அவர் நமக்குச் செய்கிற மாறுவேட ஒப்பனையில் நமக்கு அதிருப்தி ஏற்பட்டால் அப்போதே நாம் இந்தத் திட்டத்திலிருந்து விலகிவிடலாம் அல்லவா? துப்பாக்கிகளுடன் வங்கிக்குள் நுழையும் நேரம்வரை, நமக்கு உடனே விலகுவதற்கு வாய்ப்பிருக்கிறது. திருட்டை நோக்கமாகக் கொண்டு வங்கிக்குள் நுழையும்போது மட்டுமே நாம் இந்தத் திட்டத்துடன் முழுமையாகப் பொருந்துகிறோம்.”

நான் சொல்வதை மெல் கவனித்துக் கேட்டான். சொன்னது ஏறத்தாழ செரித்துவிட்டபோது அவன் தலையசைத்தான். “நீ சொன்னது சரிதான் என்று எனக்குத் தோன்றுகிறது. பாஸ்ட்டைப்

பற்றிய விஷயத்தில் நீ என்ன நடவடிக்கைகளைக் கைக்கொள் கிறாயோ, அதன் அடிப்படையில்தான் நான் இந்தத் திட்டத்தில் உறுப்பினராவேன். அதனால் சால்ஸ், நீ இப்போது என்னை ஒரு தற்காலிக உறுப்பினராகக் கணக்கிலெடுத்துக் கொண்டால் போதும்."

சால்ஸ் என்னைப் பார்த்தான். நான் சம்மதம் என்னும் பாவனையில் தலையசைத்தேன்.

அன்றைய சர்ச்சைகள் அத்துடன் முடிந்தன. அடுத்த ஞாயிற்றுக் கிழமைதான் நாங்கள் மூவரும் சால்ஸின் வீட்டில் ஒன்று சேர்ந்தோம். எல்லாத் திட்டங்களும் முழுமை பெற்று விட்டன என்று சால்ஸ் அறிவித்தான். வரும் வெள்ளிக் கிழமை வங்கிக் கொள்ளையைச் செயல்படுத்தலாம் என்றும் அவன் சொன்னான்.

அதைக் கேட்டபோது என்னையறியாமல் என் இதயம் பதைத்தது.

"அதற்கு முன்பாக சில அடிப்படையான விஷயங்களைப் பேசித் தீர்க்க வேண்டியிருக்கிறது." சால்ஸ் சுறுசுறுப்பாகச் சொன்னான்.

"முதலாவதாக ஹாரியைப் பற்றிய விஷயம். வெள்ளிக் கிழமை நீ உன் பரிசாரகப் பணியைத் தவிர்க்க வேண்டியிருக்கும். அப்படிச் செய்வதில் சிரமமொன்றும் இல்லையே?"

"அப்புறம் உன் இலக்கு துப்பாக்கிதான். அது வெள்ளிக் கிழமை நமக்குக் கிடைக்குமா?"

"வியாழக்கிழமை மதியம் பயிற்சி இருக்கிறது. இன்னும் கொஞ்சம் பயிற்சி செய்யத் துப்பாக்கி வேண்டும் என்று கேட்டால் அதற்குப் பிரத்தியேக அனுமதி கிடைக்கும் என்றுதான் நம்புகிறேன். வழக்கமாக துப்பாக்கி சுடும் பயிற்சி முடிந்தால் துப்பாக்கிகளை ஃபீல்ட் ஹவுசில்தான் பூட்டி வைப்பார்கள். காவல்காரர் ஜென்னர் ஐந்து மணிக்குச் செல்வார். இன்னும் கொஞ்சம் பயிற்சி செய்துவிட்டு துப்பாக்கியை அலமாரியில் வைத்துவிடுகிறேன் என்று சொன்னால் ஜென்னர் சம்மதிப்பார். வியாழக் கிழமை முடிந்தால் பிறகு அடுத்த வியாழன்தான் பயிற்சி இருக்கும். அதனால் அந்த நாளுக்கு முன்பாக, ரகசியமாகத் துப்பாக்கியைக் கொண்டு சென்று அலமாரியில் வைத்துவிட்டால்

சிக்கலொன்றும் இருக்காது. இடையில் இருக்கும் சில நாட்களுக்குள், அலமாரிகளில் இருந்த துப்பாக்கிகளில் ஒன்றைக் காணவில்லை என்று யாரும் தெரிந்துகொள்ள மாட்டார்கள்."

"சரி. இனி வாகனத்தைப் பற்றிய விஷயம். 'மெல்'லின் காரைப் பயன்படுத்துவதுதான் நல்லது என்று எனக்குத் தோன்றுகிறது. ஹாரியின் கார் பழைய கார். அதனால் அது என் காரைப்போல விரைவில் கவனிக்கப்படுவதற்கான வாய்ப்பு இருக்கிறது. அப்புறம் வங்கிக்குச் செல்லும்போதும், அங்கிருந்து திரும்ப வரும்போதும் - திருடப்பட்ட வாகனத்தைத்தான் பயன்படுத்த வேண்டும். 'இக்னீஷியன் கீ' இல்லாமல் காரை ஸ்டார்ட் செய்கிற ஒரு கருவியை நான் தயார் செய்திருக்கிறேன். அதைப் பயன்படுத்தி, திருட்டு நடப்பதற்கு சில மணி நேரம் முன்பு லாஸ்ஏஞ்சல்ஸிலிருந்து ஒரு காரைத் திருடிக்கொண்டு வருகிறேன்."

"பாஸ்ட்டைப் பிடித்துவிட்டாயா?" மெல் கேட்டான்.

"அதெல்லாம் சரியாகிவிட்டது." சால்ஸ் உறுதியளித்தான். "நம் ஜாப்பனீஸ் செக்ஷன் இருக்கிறதல்லவா, அங்கே நான் ஒரு அடித்தளக் கூடத்தை வாடகைக்கு எடுத்திருக்கிறேன். காலியாகக் கிடக்கும் ஒரு கடையின் அடித்தளம் அது. கொள்ளையடிக்கப் போவதற்கு முன்பு நாம் அந்த இடத்தில்தான் ஒன்றுசேர வேண்டும்."

அந்தக் கடையின் முகவரி எழுதிய சீட்டுகளை சால்ஸ் எங்களிடம் கொடுத்தான். "வெள்ளிக் கிழமை காலையில் பத்து மணிக்கு நாம் அங்கே சந்திக்க வேண்டும். நம் ஒவ்வொருவருக்கும் ஒப்பனை செய்ய பாஸ்ட்டுக்கு ஒன்று அல்லது இரண்டு மணி நேரம் தேவைப்படும். அதனால் நாம் முன்பே நிகழ்ச்சிகளைத் தொடங்க வேண்டும்."

"நாம் எதற்குக் காலியாகக் கிடக்கும் கடையின் அடித்தளத்தை வாடகைக்கு எடுக்க வேண்டும் சால்ஸ்? இங்கேயே ஒப்பனை செய்துகொள்ளக் கூடாதா?" என்று நான் குழப்பத்துடன் கேட்டேன்.

"வங்கிக் கொள்ளைக்காரர்கள் இந்த வீட்டிலிருந்து புறப்பட்டுச் செல்வதை அண்டைவாசிகள் பார்க்காமல் இருப்பதற்காகத்தான் இது. திரும்பி வரும்போது வேறு யாரும் பார்க்காமல் இருப்பதற்கான ஒரு ஏற்பாட்டை நான் திட்டமிட்டுவிட்டேன். நான் என்னுடைய காரை, கார் நிறுத்தும் இடத்திலிருந்து எடுத்துவிட்டு அந்த இடத்தின் கதவைத் திறந்து வைத்திருப்பேன். அதனால் நாம் திரும்பி

வரும்போது நேராக கார் நிறுத்தும் இடத்தின் உள்ளே வண்டியை ஏற்ற முடியும். அங்கே ஒரு தொட்டியில் நீரும், சோப்பும், துண்டும் இருக்கும். காரிலிருந்து இறங்கிய உடனே நாம் அந்த இடத்திலேயே ஒப்பனையைக் கழுவிவிடுவோம்."

சால்ஸ் திட்டத்தை விவரித்தான். சற்று சிந்தித்தபோது அது ஒரு பிழையற்ற திட்டம்தான் என்று எனக்குத் தோன்றியது.

"பாஸ்ட்டை எப்படி வலையில் வீழ்த்தினாய்?" நான் சால்ஸிடம் கேட்டேன்.

"அதை நினைத்துக் கவலைப்படாதீர்கள். அவர் நம்மிடம் அகப்பட்டுவிட்டார். நீங்கள் இருவரும் சொன்ன இடத்திற்குச் சரியான நேரத்தில் வந்தால் போதும்."

"அவருக்கு என்ன பங்கு கொடுக்க வேண்டும்?" மெல் கேட்டான்.

"என்னைப்போல அவரும் ஒரு சாகசப் பிரியர் என்று நினைத்துக்கொள்ளுங்கள். ஒரு விறுவிறுப்புக்காகத்தான் அவரும் இதில் உறுப்பினராகியிருக்கிறார்."

சால்ஸின் இந்த விளக்கம் எனக்கு ஏற்புடையதாக இல்லை. இதில் ஏதோ பொருத்தமற்ற தன்மை உண்டு என்று எனக்குச் சந்தேகமாக இருந்தது. சால்ஸ் தந்திரமாக சில உண்மைகளை மறைக்கிறான் என்று எனக்குத் தோன்றியது. வங்கிக்குள் நுழைகிற நொடிவரை பின்வாங்குவதற்கான வாய்ப்புகள் இருக்கின்றனவே என்று நினைத்து நான் அப்போது ஒன்றும் பேசவில்லை.

"துப்பாக்கிகளை எப்படி ஏற்பாடு செய்வது?" என்று கேட்டேன்.

"அடகுப் பொருட்கள் விற்கும் கடையிலிருந்து மூன்று தானியங்கி 0.38 ரக துப்பாக்கிகள் வாங்க ஏற்பாடு செய்திருக்கிறேன். இனி நாம் அந்தக் கடைக்குச் சென்று துப்பாக்கிகளைப் பெற்றுக்கொள்ள வேண்டியதுதான். ஒரு பழைய சிறிய கைப் பெட்டியும், கொஞ்சம் துணிப் பைகளும் வாங்கி வந்துவிட்டேன்."

"தோட்டாக்கள்?"

"அவற்றை இந்த வாரத்திலேயே வாங்கிவிடுவோம்."

பிறகு சற்று நேரம் அறையில் அமைதி நிலவியது. மெல் ஹாரிசன் அந்த அமைதியைக் கலைத்தான்:

"எனக்கு என்னமோ பயமாக இருக்கிறது. நாம் உண்மையிலேயே கொள்ளையடிக்க முடிவு செய்து விட்டோமோ?"

"என்ன? பின்வாங்குகிறாயா?" சால்ஸ் கேட்டான். "தேவைப்பட்டால் நானும் ஹாரியும் சேர்ந்து இதைச் செய்வோம், தெரியுமா?"

"இல்லையில்லை. நான் குழுவில் இருக்கிறேன்." என்று விரைவாகச் சம்மதித்தான் மெல். "ஆயினும் சற்று அஞ்சுவதற்கான சுதந்திரம் எனக்கு உண்டல்லவா?"

பிறகு, கேட்டுத் தெரிந்துகொள்வதற்கு அதிகம் இருக்கும் என்று எனக்குத் தோன்றவில்லை. மெல்லும் அப்படித்தான் உணர்ந்தான். அன்று நாங்கள் வழக்கமாகப் பிரியும் நேரத்திற்கு முன்பாகவே விடைபெற்றோம். எங்கள் விடைபெறுதலும் பிறவும் ஆரம்ப உத்வேகமெல்லாம் சற்றுக் குளிர்ந்த நிலையில் இருந்தன. அந்த வாரம் முழுதும் என் மனம் நிறைய வங்கிக் கொள்ளையைப் பற்றிய சிந்தனைகள் முகாமிட்டிருந்தன. வகுப்புகளும், விரிவுரைகளும் தடையற்று நடந்துகொண்டிருந்தன. வகுப்பில் அமர்ந்து கொஞ்சம் குறிப்புகள் எழுதினேன் என்றாலும் என் கவனம் படிப்பில் ஒன்றவில்லை. அதிர்ஷ்டவசமாக அந்த நேரத்தில் எனக்கு சோதனைத் தேர்வுகள் எதுவும் இல்லை. இருந்திருந்தால் நான் தோற்று மண்ணைக் கவ்வியிருப்பேன். பிரத்தியேகமாக எந்தக் காரணமும் இல்லையென்றாலும், எதனாலோ நான் அந்த வாரத்தில் ஒரு முறைகூட சால்ஸின் வீட்டுக்குச் செல்லவில்லை. நான் அதை மனப்பூர்வமாகத் தவிர்த்தேன். இனி தொடர்ந்து ஒன்று கூடினால், கொள்ளைத் திட்டத்தைப் பேசிப் பேசி ஒருபோதும் நடத்த முடியாத நிலைக்குச் சென்றுவிடுமோ என்ற ஒரு அச்சமும் என் உள் உணர்வில் இருந்திருக்க வேண்டும்.

எழுபத்தையாயிரம் என்னும் கடல் கிழவன் என் மனதை இறுகப் பற்றிப் பிடித்திருந்தான். அந்தக் கனவுகள் வெறும் புகையாக உருமாறிவிடக்கூடாதென்று நான் விரும்பினேன். அதனால்தான் நான் சால்ஸின் வீட்டுக்குப் போகாதிருந்தேன். மெல் ஹாரிசனின் சிந்தனைப்போக்கும் இப்படித்தான் இருக்கும் என்று எனக்குத் தோன்றியது. அதற்குக் காரணமும் உண்டு. கல்லூரி வளாகத்தில் நான் அவனைப் பார்க்கும்போதெல்லாம், சால்ஸின் வீட்டுக்குச் செல்வதைப் பற்றி அவன் பேசியதில்லை. இது வழக்கத்திற்கு மாறானது. சால்ஸும் ஒருமுறைகூட எங்களை வீட்டுக்கு அழைத்ததில்லை. ஒருக்கால் அதுவும் இதே காரணத்தைக் கொண்டிருக்கலாம். வியாழக் கிழமைதான் நான் அந்தப் பத்திரிகைச் செய்தியைக்

கண்டேன். மதிய உணவு சாப்பிட்டுக்கொண்டிருக்கும்போது 'லாஸ்ஏஞ்சலஸ் டைம்' பத்திரிகையில் அந்தச் செய்தியைப் பார்த்தேன். 'ஆஸ்கர் விருது பெற்ற புகழ் பெற்ற ஒப்பனைக் கலைஞர் பெஞ்சமின் பாஸ்ட் ஒரு உறவினரின் சவ அடக்கத்தில் கலந்துகொள்வதற்காக கிழக்குப் பிரதேசத்திற்குச் சென்றிருக்கிறார்.'

உணவு முடிந்ததும் நான் நேராக இயற்பியல் துறைக்குச் சென்றேன். சால்ஸ் அங்கே இருப்பான் என்று எனக்குத் தெரியும். கூடத்திலேயே சால்ஸைப் பிடித்துவிட்டேன்.

"நீ இதைப் பார்த்தாயா?" செய்தித்தாளைக் காட்டியபடி நான் கேட்டேன்.

சால்ஸ் லேசாகச் சிரித்தான்.

"அவர் ஸ்டுடியோவிலிருந்து சில நாள் விலகியிருக்க வேண்டாமா, அதற்காகச் செய்த தந்திரம்தான் இது."

"எதற்கு அவர் ஸ்டுடியோவிலிருந்து விலகியிருக்க வேண்டும்?" எனக்கு விஷயம் புரியவில்லை.

"கலைத்துவமாக ஒப்பனை செய்ய வேண்டுமென்றால் அதற்கு நேரம் தேவைப்படுமடா! திட்டத்திற்கு ஒரு தெளிவான உருவம் கொடுப்பதற்கு மிகவும் கவனம் வேண்டும். அதற்குக் கொஞ்சம் நாட்கள் தேவைப்படும். அதனால்தான் அவர் ஸ்டுடியோவுக்கு தொலைபேசியில் விவரம் சொன்னார்."

அந்தப் பதில் அவ்வளவு திருப்திகரமாக எனக்குத் தோன்றவில்லை. அப்போது என்னால், புரிந்துகொள்ள முடியாத விஷயம் இதுதான் என்று ஒன்றைச் சுட்டிக் காட்டவும் முடியவில்லை. பாஸ்ட்டைப் பற்றிக் கேட்கும்போதெல்லாம் பொறுப்பற்றவன்போல விட்டேற்றியான பதிலைத்தான் சால்ஸ் தந்திருக்கிறான். அப்போதெல்லாம் எனக்கு ஒரு கலக்கம் ஏற்படுவதுண்டு. பாஸ்ட் என்று சொல்லிச் சொல்லி சால்ஸ் வேறு ஏதாவது மோசமான ஒப்பனைக் கலைஞரைக் கொண்டு வரப்போகிறானோ? அந்தக் கெட்ட நினைவை சட்டென்று நான் மனதிலிருந்து அகற்றினேன். ஒப்பனை வேலை திருப்திகரமாக இல்லையென்றால் அந்த நொடியே நாங்கள் திட்டத்திலிருந்து பின்வாங்கிவிடுவோம் என்று சால்ஸுக்குத் தெரியும். அந்த நிலையில் சால்ஸ் தகுதியற்ற ஆளைக் கொண்டு காட்சியை அரங்கேற்றத் தயங்குவான் என்று நான் நினைத்தேன். சால்ஸ்

கடைசி நேரத்தில் அப்படியான ஒரு மடத்தனத்தைச் செய்ய மாட்டான் என்று எனக்கு நம்பிக்கை தோன்றியது. பெஞ்சமின் பாஸ்ட்டைப் பார்த்துவிட்டு மற்ற விஷயங்களைப் பரிசீலித்துக்கொள்ளலாம் என்று நான் முடிவு செய்தேன்.

"மாலையில் துப்பாக்கியைக் கடத்தி வர மறக்காதே!" சால்ஸ் நினைவுபடுத்தினான்.

"மறக்கமாட்டேன்." நான் உறுதியளித்தேன். "கொள்ளைக்கு முன்பாக கூடிப் பேசும் திட்டம் ஏதாவது இருக்கிறதா?"

"பாஸ்ட் ஒப்பனையிடும்போது நாம் பேசுவதற்கு நிறைய நேரம் கிடைக்கும். அப்போது நாம் கடைசி நேர விவாதங்களை வைத்துக்கொள்ளலாம்."

நான் நெடிய பெருமூச்சுவிட்டேன். "அப்படியென்றால் நாளைக் காலையில் பத்து மணிக்குப் பார்க்கலாம்."

மாலை நேரத் துப்பாக்கிப் பயிற்சி முடிந்து, துப்பாக்கியுடன் வளாகத்தை விட்டு வெளியேறுவதில் எனக்குச் சிரமம் இருக்க வில்லை. துப்பாக்கியைப் பிரித்து பெரியதொரு துண்டில் மூடி என் அறைக்கு எடுத்துச் சென்றேன்.

காலை பத்து மணிக்குச் சந்திக்க வேண்டும் என்று முடிவு செய்திருந்ததால் நாங்கள் மூவரும் வெள்ளிக் கிழமை வகுப்பு களைப் புறக்கணித்தோம். முன்பே பேசி முடிவு செய்தபடி மெல் என் இருப்பிடத்திற்கு வந்தான். லாஸ் ஏஞ்சல்ஸ் முதற் சாலையிலிருந்து எப்படியும் ஆறு கட்டடங்களுக்கு அப்பாலிருந்தது என் இடம். அதனால் விரைவிலேயே நாங்கள் இருவரும் அந்த வாடகைக் கட்டடத்தை அடைந்தோம். சால்ஸ் கொடுத்திருந்த முகவரியை அடைந்து காரை நிறுத்தினோம். அப்போதுதான் சால்ஸ், போலீஸ் நிலையத்திற்கு நேர் எதிரே உள்ள ஒரு கட்டடத்தை வாடகைக்கு எடுத்திருக்கிறான் என்று புரிந்தது. சற்று நேரம் நான் திகைத்துக் கிறுகிறுத்துப்போனேன் எனினும், விரைவிலேயே மனதின் சமநிலையை மீட்டெடுத்தேன். கொள்ளையடிக்கத் திட்டமிடும் வங்கி பல மைல்களுக்கு அப்பால்தானே இருக்கிறது என்று உணர்ந்தபோதுதான் எனக்கு சமாதானமும் தைரியமும் ஏற்பட்டது. காலியான அந்தக் கடையின் கண்ணாடிச் சன்னல்கள் நிறப் பூச்சிடப்பட்டிருந்தன. ஆயினும் அந்த நிறத்தின் அடியில் பழைய வாடகைக்காரனின் விளம்பரம் அப்போதும் தெரிந்தது... 'ஜாப்பனீஸ் க்யூரியோஸ்'.

சால்ஸின் கட்டளைப்படி பழைய க்யூரியோ கடைக்கும், ஜாப்பனீஸ் உணவு விடுதிக்கும் இடையில் உள்ள வழியில் நாங்கள் நடந்தோம். கட்டடத்தின் பின்னால் கீழே இறங்கிச் செல்லும் சிமெண்ட்டுப் படிகளைப் பார்த்தோம். நான்தான் முதலில் இறங்கினேன். கதவைத் திறக்க முயன்றபோது, அது உட்புறமாகத் தாழிடப்பட்டிருப்பதை அறிந்தேன். கதவைத் தட்டினேன். உடனே யாரும் வந்து கதவைத் திறக்கவில்லை. கடிகாரத்தைப் பார்க்கையில் நேரம் பத்து முடிந்து ஐந்து நிமிடமாகியிருந்தது. சால்ஸ் வருவதற்கு இன்னும் நேரமாகும் என்று நினைத்து நின்றிருந்தபோதுதான் கதவு மெதுவாகக் கொஞ்சம் திறக்கப்பட்டது. எங்களைப் பார்த்தவுடன் கதவை விரியத் திறந்தான் சால்ஸ். உள்ளே வரும்படிச் சொன்னான். அது பெரியதொரு கீழ்த்தளக் கூடம். மேலே உள்ள கடையின் சரக்கு அறையாக அது பயன்பட்டிருக்க வேண்டும் என்று யூகித்தேன். அதன் நினைவுக்காகப் போல அங்கே கொஞ்சம் காலி பாக்கெட்டுகள் கிடந்தன. அறையின் ஒரு மூலையில் கழிப்பறை. அதன் அப்புறமாக ஒரு சிறிய வாஷ் பேசின். அந்தக் கூடத்தில் சில சன்னல்கள் இருந்தன. ஆனால் அவை, மச்சுடன் சேர்த்து அமைத்த சிறிய துவாரங்கள்தான். அழுக்கும் தூசியுமான அவற்றின் உள்ளே புகுந்துவர வெளிச்சம் தயங்கியது. அப்போது அந்த அறையில் இரண்டு இருநூறு வாட் பல்புகள்தான் வெளிச்சம் பரப்பின. அதனால் அங்கே நல்ல பிரகாசம் இருந்தது.

அங்கே இரண்டு கித்தான் கட்டில்களும், மடக்கு மேசையும், மடக்கு நாற்காலிகளும் கிடந்தன. அதனால் அந்தக் கூடம் ஏறத்தாழ வசிப்பதற்குத் தகுதியுள்ளதாக மாறியது. முதற் பார்வையி லேயே மடக்கு மேசை சால்ஸின் வீட்டில் கிடந்தது என்று எனக்குப் புரிந்துவிட்டது. உண்மைச் சம்பவங்களை விவரிக்கும் 'ட்ரு துப்பறியும் பத்திரிகை'யின் சில இதழ்கள் மேசை மீது அடுக்கப் பட்டிருந்தன. பிறகு கொஞ்சம் காகிதத் தட்டுகளும், கொஞ்சம் காலிக் கோப்பைகளும், உள்ளே உணவுப் பொருள் இருப்பதாகத் தோற்றம் தரும் ஒரு பொதியும் அங்கே இருந்தன. இரண்டு பெரிய சூட்கேஸ்கள் சுவரோடு சேர்த்து வைக்கப்பட்டிருந்தன. அதன் பக்கத்தில் ஒரு பைபர்வுட் பெட்டி. மிகவும் பெரிதாகவும் பருமனாகவும் இருந்தது அந்தப் பெட்டி. அதன் மீது துணி, ஒரு ரோல் டேப், ஒரு கசங்கிய கைக்குட்டை ஆகியன இருந்தன. அந்தக் கைக்குட்டை, வாயை மூடிக் கட்டுவதற்குப் பயன் பட்டிருக்கக்கூடும் என்று நான் சந்தேகித்தேன்.

அறுபது வயது மதிக்கத்தக்க ஒரு மனிதர் கட்டிலில் அமர்ந்திருந்தார். அவருடைய மடியில் ஒரு துப்பறியும் பத்திரிகை. ஏறத்தாழ ஐந்தடி நான்கு அங்குலம் மட்டுமே உயரமுடைய சிறு மனிதர் அவர். அதிகபட்சம் நூற்றுப் பதினைந்து பவுண்டு எடையிருப்பார். படித்துக்கொண்டிருந்த துப்பறியும் பத்திரிகையை மடக்கி வைத்துவிட்டு எங்களைச் சந்தேகத்துடன் பார்த்தார்.

"திரு. பெஞ்சமின் பாஸ்ட்டுடன் அறிமுகமாகுங்கள்!" சால்ஸ் அந்தச் சிறிய மனிதரை அறிமுகப்படுத்தினான். "உங்கள் பெயர்களையொன்றும் நான் இப்போது சொல்லவில்லை. நாம் யார் என்று திரு. பாஸ்ட் அறிய வேண்டிய அவசியம் இல்லை என்று நினைக்கிறேன்."

அந்தச் சிறிய மனிதரின் சவரம் செய்யாத முகத்தைப் பார்த்துவிட்டு நான் சால்ஸை நோக்கினேன்: "இவர் தன் விருப்பப்படிதான் வந்தாரா?"

"ஒருபோதுமில்லை!" சால்ஸ் சர்வசாதாரணமாகப் பதில் சொன்னான். "நான் அவரின் பேச்சலர் குடியிருப்புக்குச் சென்று துப்பாக்கி முனையில் அச்சுறுத்தி இங்கே கொண்டு வந்தேன்."

மெல் தன்னையறியாமல் வாய் பிளந்தான். "அப்படியென்றால் கடத்திக்கொண்டு வந்துவிட்டாய் என்று அர்த்தம். அப்படித் தானே?"

"இவர் காணாமல் போய்விட்டார் என்று இதுவரை யாருக்கும் தெரியவில்லை. பெவர்லி ஹில்ஸிஸ் உள்ள பேச்சலர் குடியிருப்பில் தனியாகத்தான் வசிக்கிறார். அயல்வாசிகளுடன் பெரிய நெருக்கமோ, பேச்சோ ஒன்றுமில்லை. ஸ்டுடியோவுக்குத் தொலைபேசி செய்தது நான்தான். பாஸ்ட்டின் நண்பன் என்று அறிமுகப்படுத்திக்கொண்டு, இவர் அத்தியாவசியமாக ஒரு சவ அடக்கத்தில் கலந்துகொள்ள இங்கே வருகிறார் என்று மட்டும் அவர்களிடம் தெரிவித்தேன்."

ஆயினும் மெல் திருப்தியடையவில்லை. "எப்படியிருந்தாலும் இது பலாத்காரமான கடத்தல்தான். சிறைத் தண்டனை கிடைக்கக்கூடிய குற்றம் இது." மெல் உரக்கச் சொன்னான்.

"பணத்தை நோக்கமாகக் கொண்டு செய்தால், இல்லையென்றால் அவருக்கு உடல் ரீதியான காயமோ முறிவோ ஏற்பட்டதென்றால்தான் அது தண்டனைக்குரியது. சில நாட்கள்

இவர் இங்கு இருக்க வேண்டும் என்பதற்காக நான் பலாத்காரமாக இவரை அழைத்து வந்திருக்கிறேன். இது அவ்வளவு பெரிய குற்றம் என்று நான் நம்பவில்லை."

எனக்கும் சந்தேகங்கள் எழுந்தன. "உடல் ரீதியான பாதிப்பு என்றால், போஷாக்கு இல்லாத உணவு தருவதும் உடல் ரீதியான பாதிப்பை ஏற்படுத்துவதுதானே? இவரைப் பார்த்தால் அரைப் பட்டினிக்காரரைப் போலத்தான் எனக்குத் தோன்றுகிறது." என்றேன்.

"நான் சாண்ட்விச் தயாரித்துக் கொடுப்பதுண்டு. ஆனால் இவர் அதன் முனையை மட்டும்தான் கடிப்பார். சரியாகச் சாப்பிடு வதில்லை. இவர் போதுமான அளவு உடற்பயிற்சி செய்வதில்லை என்பதுதான் என் சந்தேகம். நீண்ட நேரம் அவரைக் கட்டிப்போட வேண்டியிருந்தது. போதாக்குறைக்கு நான் வெளியே செல்லும்போது அவர் வாயில் துணியையும் திணிக்க வேண்டி யிருந்தது."

"நல்லது! அருமை!" நான் சொன்னேன். "உடல் ரீதியான காயம், பாதிப்பு என்று சொல்ல முடியாவிட்டாலும் நீ அளித்தது குரூரமான வரவேற்புதான்."

"என்ன, எனக்கு அப்படித் தோன்றவில்லை. நான் இவரிடம் இதுவரை அன்பாகவும் மரியாதையாகவும் நடந்துகொண்டிருக் கிறேன். தேவையான பொருட்களையெல்லாம் சூட்கேசில் வைத்து எடுத்துக்கொள்ளும்படிதான் நான் சொல்லியிருந்தேன். ஆனால் என்ன செய்வது? இவருக்கு சவரம் செய்துகொள்வதிலோ, உடை மாற்றிக்கொள்வதிலோ சற்றும் அக்கறை இல்லை. இவருக்குப் பிடித்தமான பத்திரிகைகளையெல்லாம் நான் வாங்கிக்கொடுத்தேன். அவற்றையெல்லாம் படித்தவாறு தான் நாங்கள் மாலை நேரத்தைக் கடத்தினோம்." மேசை மீது கிடந்த பத்திரிகைகளை சால்ஸ் சுட்டிக் காட்டினான். "மாலை நேரத்தில் நான் இங்கே இருக்கும்போதெல்லாம் அவர் கைக்கட்டுகளை அவிழ்த்துவிடுவேன். பிறகு அவர் உறங்கப்போகும்போது மட்டும்தான் மீண்டும் கட்டுகிறேன்."

நாங்கள் இவ்வளவு பேசியும் பெஞ்சமின் பாஸ்ட் ஒரு வார்த்தையும் பேசவில்லை. தலையைத் திருப்பித் திருப்பி எங்கள் ஒவ்வொருவரையும் பார்த்துக்கொண்டிருந்தாரே தவிர எதுவும் பேசவில்லை.

“உனக்குப் பைத்தியம் பிடித்திருக்கிறது என்றுதான் நான் நினைக்கிறேன். பலாத்காரமான ஆள் கடத்தலில் தலையிட நான் தயாரல்ல. நான் இந்தச் செயலிலிருந்து பின்வாங்கினால் என்னவென்று யோசிக்கிறேன்.” மெல் சொன்னான்.

“இவ்வளவு தூரம் வந்த பிறகா?” சால்ஸ் கேட்டான்.

“நான் ஒரு விஷயம் உங்களிடம் காட்டுகிறேன்.” என்றான் சால்ஸ். பைபர்வுட் பெட்டியிடம் சென்று அதன் மேலிருந்த கயிறையும் டேப்பையும் எடுத்து மேசை மீது வைத்தான். பிறகு அந்தப் பெட்டியின் மூடியைத் திறந்து அதன் உள்ளிருந்த மெழுகு படிந்த கம்புகளைக் காட்டினான்.

“இதுதான் திரு. பாஸ்ட்டின் பொக்கிஷம். திரைப்பட ரசிகர் களால் நம்ப முடியாத உருவங்களைச் சமைப்பதற்கு அவசியம் தேவையான பொருட்கள் இதில் இருக்கின்றன. நம்முடைய தேவை என்னவென்று நான் சொல்லி முடித்துவிட்டேன். உங்கள் இருவரின் தோற்றத்தையும் வடிவத்தையும் மிக விளக்கமாக திரு. பாஸ்ட்டுக்குப் புரிய வைத்திருக்கிறேன். இங்கிருந்து தப்புவதற்கு வேறு வழியில்லை என்று அறிந்ததால், நம்முடன் ஒத்துழைப்பதாக பாஸ்ட் ஏற்றுக்கொண்டிருக்கிறார்.” என்றான் சால்ஸ்.

அப்போதுதான் நான் பீதியூட்டும் வேறொரு உண்மை யையும் யூகித்தேன். அந்தச் சிறிய மனிதரை உயிருடன் விடு விப்பதில் சால்ஸுக்கு எந்தவிதமான ஆர்வமும் இல்லை என்ற அப்பட்டமான உண்மையை நான் அப்போதுதான் புரிந்து கொண்டேன். நான் அதை யூகிக்கக் காரணமும் இருந்தது. வங்கிக் கொள்ளை நடத்திய மூவரின் உருவமும் உடலும் ஒப்பனைக் கலைஞரான பாஸ்ட்டுக்கு மட்டும்தானே தெரியும்? அப்போது அவர் அந்த உண்மையை போலீசுக்குத் தெரிவிக்காமல் இருப்பாரா? தெரிவிக்கமாட்டார் என்று நம்புவதற்கு என்ன அடிப்படை இருக்கிறது? அதனால் சால்ஸின் முடிவு எங்கே சென்று நிற்கிறது என்று யூகிப்பது எனக்குச் சிரமமாக இல்லை.

ஆனால், ஒரு வங்கிக் களவை திறமையாக, அழகாகச் செய்வதற்காக சால்ஸ் ஒரு கொலையும் செய்ய நினைத்தான் என்பது என்னைச் சிந்திக்கத் தூண்டியது. அவன் ஒரு மன நோயாளியாக இருப்பானோ என்றுகூட நான் சந்தேகித்தேன். நண்பர்களை நம்பச் செய்வதற்காகவும், அவர்களுடைய

கைத்தட்டல்களைப் பெறுவதற்காகவும் ஒரு கொலையையே செய்வதில் சற்றும் தயங்காத சால்ஸ் ஒரு மனநோயாளி அல்லாமல் வேறென்ன? கொலைச் செயல் என்னும் கெட்ட கனவை நினைத்து மனதில் அச்சம் ஏற்பட்டாலும் இந்தக் கொள்ளை நடந்தே தீருமென்று புரிந்துகொண்டேன்.

எழுபத்தையாயிரம் டாலரின் பிடி சரியாக இறுகியிருக்கிறது. அதிலிருந்து தலையை உருவிக்கொள்ளச் சக்தியற்றுப் போனேன். என்னவாயினும் இனி பின்வாங்கும் திட்டம் இல்லையென்று உறுதி கொண்டேன். மெல் ஹாரிசனின் முகபாவத்தைப் பார்த்த போது, அவன் இன்னும் சால்ஸின் நோக்கங்களைப் புரிந்து கொள்ளவில்லை என்று தெரிந்தது. அவன் அப்போதும் சிந்தித்துக் கொண்டிருந்தான். எதையும் புரிந்துகொள்ள முடியாததன் ஒரு உணர்ச்சியைத்தான் அவன் முகத்தில் பார்த்தேன். சற்று நேரம் கழித்து பிடரியைச் சொறிந்துகொண்டு தோளைக் குலுக்கினான் மெல்.

“எப்படியானாலும் நாம் இந்த இடம்வரை வந்து விட்டோம். இனி இந்த பாஸ்ட்டால் என்ன செய்ய முடியும் என்று பார்ப்பதில் தவறொன்றுமில்லை.” கடைசியில் மெல் சம்மதத்தை முனகினான்.

அந்தச் சிறிய மனிதர் செய்தது சிறிய காரியங்கள் அல்ல. மாறாக அவை அற்புதங்கள்! எங்கள் மூவருக்கும் ஒப்பனை செய்ய அவர் நான்கு மணி நேரம் எடுத்துக்கொண்டார். ஆனால், உண்மையைச் சொன்னால், ஒப்பனை முடிந்தபோது எங்களால்கூட ஒருவரை ஒருவர் அடையாளம் கண்டுகொள்ள முடியவில்லை. ஒப்பனை வேலையைத் தொடங்கியபோது திரு. பாஸ்ட் ஆளே மாறிவிட்டார். தன் கலையில் தானே மயங்கிய அந்தச் சிறிய மனிதர் சுற்றுச் சூழலையே மறந்தார்; அவரின் எதிர்காலத்தை மறந்தார்; வரவிருக்கும் ஆபத்துகளையும் அவர் மறந்தார். அவரது மனமும், உடலும், திறமையும் ஒன்று குவிந்தன. தன் பணியில் அவர் ஆழ்ந்த சிரத்தை கொண்டார். பிழையற்ற, மிகச் சிறப்பான ஒப்பனைப் படைப்புகளைச் சமைப்பதில் அவர் மூழ்கினார்.

முதலில் அவர் என் வாய்க்குள் பஞ்சுத் துண்டுகளைத் திணித்தார். அப்போது என் முகம் கொஞ்சம் விகாரமானது. ஒரு பல்லைக் கறுப்பு நிறமாக்கினார். மற்றொன்றிற்குத் தங்க நிற உறையிட்டார். மிக லேசான டேப் பயன்படுத்தி என் கண்களை இழுத்தார். கண்ணின் முனைகளை இழுத்து டேப் ஒட்டியபோது

என் கண்கள் அகலம் குறைந்து சிறிதாயின. அது போன்று டேப் பயன்படுத்தி என் வாயின் முனைகளை இழுத்து அகலத்தை அதிகப்படுத்தினார். உதடுகளைச் சிறிதாக்கவும், வாயின் வடிவத்தையே மாற்றவும் அவரால் முடிந்தது. ஒரு கறுப்பு நிறப் பசையைத் தலை முடியில் பிசைந்தபோது தலைமுடி அதிகக் கறுப்பானது. அதன் வழக்கமான சுருக்கங்களை மாற்றினார். நடு வாகு எடுத்துச் சீவி பின்னால் வைத்தபோது வேலை மிகச் சிறப்பானது. பிறகு அவர் பெட்டியிலிருந்து கால் அங்குல நீளமும், ஒரு பென்சில் அளவு பருமனும் உள்ள இரண்டு பிளாஸ்டிக் டியூப்களை எடுத்தார். அதை மூக்கில் திணித்தபோது மூக்கின் அகலம் அதிகரித்தது. ஒரு சப்பையான வடிவமும் கிடைத்தது. கண்களிலும், வாயிலும் இழுத்து ஒட்டிய டேப்புகளைவிட கொஞ்சம் கனமான டேப்புகளை செவிகளின் பின்புறத்தில் இழுத்து ஒட்டியபோது செவிகள் நிமிர்ந்து நின்றன. இவ்வளவும் செய்துவிட்டு ஒரு ஒப்பனைப் பசையெடுத்து முகம் முழுதும் தடவினார். டேப்புகள் ஒட்டப்பட்டிருப்பது தெரியாமல் இருப்பதற்காகத்தான் அப்படிச் செய்தார். அதற்கும் மேலாக மற்றொரு பெயின்ட், என் நிறத்திற்குப் பொருந்தும் பெயின்ட்டை என் முகத்தில் பூசியபோது முற்றிலும் உண்மையான முகம் என்றே தோன்றியது. அது முடிந்ததும் தாடையில் நீல நிறப் பொடியைத் தூவினார். காலையில் முகச் சவரம் செய்த ஒருவனின் முகம் மாலை நேரத்தில் எப்படியிருக்குமோ அப்படித் தோன்றச் செய்வதுதான் அந்தப் பொடியின் வேலை. முற்றிலும் உண்மை யென்று தோன்றச் செய்வதற்காக, சவரம் செய்யும்போது ஏற்படும் மென் கீறல்கள் சிலவற்றை வர்ண மெழுகால் முகத்தில் தீட்டினார். பாஸ்ட் கண்ணாடியை என் கையில் தந்துவிட்டு முகத்தைப் பார்த்துக்கொள்ளும்படிச் சொன்னார்.

கண்ணாடியில் பிரதிபலித்த அந்த முகம் ஒரு ஒப்பனைக் கலைஞரின் படைப்பு என்று எனக்குத் தோன்றவில்லை. அது மிகவும் இயல்பான முகமாக அமைந்திருந்தது. மெல்லின் முகம் சற்று நீண்டதாகவும், எலும்பு துருத்தியதாகவும் ஆகிவிட்டது. தலைமுடியின் இடையிடையே நரை. பிறகு கொஞ்சம் முகப் பருக்கள். கொம்பு பிரேம் கொண்ட கண்ணாடி (பவர் இல்லாதது) பொருத்தியபோது, ஒரு ஆந்தையின் நோட்டமும் பாவமும் அந்த முகத்துக்குக் கிடைத்தது.

எவ்வளவுதான் உற்று உற்றுப் பார்த்தாலும் சால்ஸையும் என்னால் அடையாளம் கண்டுகொள்ள முடியவில்லை. கொஞ்சம்

பொய்ப் பற்கள் வைத்த பிறகு சால்ஸ் தெற்றுப்பல்காரனாக ஆகிவிட்டான். ஏறத்தாழ ஒரு எலியின் முகத் தோற்றம். ஒட்டிய கன்னங்கள், துருத்திக்கொண்டிருக்கும் பற்கள், எலியுடையதைப் போன்ற சிறிய நீண்ட மூக்கு. நீட்டிச் சீவப்பட்ட சால்ஸின் முடியில் இடையிடையே நரை இருந்தது. சுருள் முடியாக அமைந்திருந்தது அவன் தலை முடி.

கதவைத் திறந்து நாங்கள் பகல் வெளிச்சத்தில் ஒருவர் ஒப்பனையை மற்றொருவர் உற்றுப் பார்த்து ரசித்தோம். ஒப்பனை முகங்களைத்தான் பார்க்கிறோம் என்று தெரிந்திருந்தாலும், சால்ஸின் முகத்தையும், மெல்லின் முகத்தையும் ஒரு அடி அண்மையில் மிகக் கூர்மையாகப் பார்த்தபோதுதான் அவை ஒப்பனை முகங்கள் என்று என்னால் புரிந்துகொள்ள முடிந்தது. பாஸ்ட்டின் கலைத்திறனின் இந்த உதாரணங்கள், அவ்வளவு உண்மையுடனும் நம்பகத் தன்மையுடனும் இருந்தன. என் ஒப்பனையும் சிறப்பாக இருக்கிறதென்றும், தங்களால் அடையாளம் கண்டுகொள்ளவே முடியவில்லை என்றும் அவர்கள் சொன்னார்கள்.

"வெளியே எப்படியிருக்கிறது? மிகவும் வெப்பமாக இருக்கிறதா?" பாஸ்ட் கேட்டார்.

"ஏறத்தாழ அறுபது இருக்கும்." நான் சொன்னேன். வாயில் பஞ்சுத் துண்டுகள் இருந்ததால் ஒரு குடிகாரனைப்போல குழறிய குரலில்தான் நான் பேசினேன்.

"அந்தளவு வெப்பத்தில் உங்கள் ஒப்பனை கலையாது." அந்தச் சிறிய மனிதர் தொடர்ந்தார். "அப்புறம், முகத்தைக் கோணாதீர்கள். சுளிக்காதீர்கள். முகத்தைக்கொண்டு வேறெதுவும் கோமாளிச் சேட்டைகள் செய்யாதீர்கள். அப்படிக் கவனமாக இருந்தால் இந்த ஒப்பனை பல மணி நேரம் கலையாமல் இருக்கும். இனி நான் போகலாமா?"

"இப்போது கூடாது." சால்ஸ் சொன்னான். "உங்களை மீண்டும் கட்டிப்போட்டுவிட்டு வாயில் துணியைத் திணிக்க வேண்டும். இந்த ஒரு முறை நீங்கள் இதைச் சகித்துக்கொண்டே ஆக வேண்டும். ஏழு மணிக்கு நாங்கள் வந்து உங்களை விடுவித்துவிடுவோம்." என்றான் சால்ஸ்.

அப்படியென்றால் அவரைக் கொல்ல வேண்டும், அல்லவா சால்ஸ்?- என் மனதில் அப்போது அந்தக் கேள்விதான் எழுந்தது.

ஆனால் நான் அதை வெளியே காட்டவில்லை. அந்த விவரத்தைத் தெரிந்துகொண்டால் மெல் ஹாரிசன் பின் வாங்குவானோ என்று எனக்குப் பயமாக இருந்தது. விரக்தியுடன் கட்டிலில் படுத்திருந்த அந்தச் சிறிய மனிதரைக் கட்டுவதையும், அவர் வாயில் துணியைத் திணிப்பதையும் சால்ஸ் அதிதீவிர சிரத்தையுடன் செய்தான். நானும், மெல்லும் அந்தக் காட்சியை வெறுமனே பார்த்துக்கொண்டிருந்தோம்.

சால்ஸ் இரண்டு சூட்கேஸ்களில் ஒன்றைத் திறந்தான். அதிலிருந்து மூன்று தானியங்கிக் கைத் துப்பாக்கியை எடுத்தான். ஒன்றைப் பையில் வைத்துக்கொண்டு மிச்சமிருந்ததை எங்கள் இருவருக்கும் கொடுத்தான். மற்றொரு கைப்பெட்டியை என்னிடம் கொடுத்தான். "இதில் துணிப் பைகள் இருக்கின்றன. அப்புறம், பெரிய துப்பாக்கி என்னவாயிற்று?"

"அதை மெல்லின் காரில் கீழே வைத்திருக்கிறேன்."

"அப்படியென்றால் எல்லாம் தயாராகிவிட்டது என்று தோன்றுகிறது." சால்ஸ் கடைசியில் சுற்றுப்புறத்தை ஒருமுறை பார்த்துக்கொண்டான். "சரி நாம் புறப்படலாம்."

"அந்த வயர் கட்டர் கையில் இருக்கிறதா?" நான் கேட்டேன். அணிந்திருந்த கோட்டை ஒரு புறமாகத் திறந்த சால்ஸ், பெல்ட்டில் செருகி வைத்திருந்த பெரிய குறடை என்னிடம் காட்டினான்.

மெல்லின் காரில் ஏறியபோது நேரம் இரண்டே கால் மணி. சால்ஸ், வங்கிக் கொள்ளைக்குப் பிறகு ஒரு கொலையின் உதவியுடன்தான் திட்டத்தை முடிக்கப்போகிறான் என்று அதுவரை, 'ஃபுல் பேக்' மெல் ஹாரிசனின் தலையில் ஏறவில்லை யென்று எனக்குத் தோன்றியது. ஆனால் அந்தத் தடியனின் சிந்தனைகள் மற்றொரு வழியில் பொருத்தமற்றுச் சென்றன.

"வங்கிக் கொள்ளைக்குப் பிறகு இவரை விடுவிக்கும்போது இயல்பாகவே போலீஸ்காரர்கள் இங்கே வருவார்கள். அதற்கு முன்பாக அந்தக் கீழ்த் தளத்திலிருந்து உன் பொருட்களை யெல்லாம் எடுத்துவிட வேண்டும்." என்று மெல், சால்ஸுக்கு நினைவூட்டினான்.

"அதெல்லாம் நடக்கும்." சால்ஸ் உறுதியளித்துவிட்டுத் தொடர்ந்தான். "என் காரை சற்று தூரத்தில் உள்ள சாலையில் விட்டிருக்கிறேன். பிறகு நமக்கு இந்தக் காரும் இருக்கிறது.

இரண்டிலும் எல்லாப் பொருட்களையும் ஏற்றிக்கொண்டு நாம் இந்த இடத்தைவிட்டுச் சென்றுவிடலாம். பிறகு அவரை இங்கேயே விட்டுவிட்டு நாம் அங்கே செல்லலாம்."

"அந்தக் கீழ்த் தளத்தை வாடகைக்கு எடுத்தது யார் என்று போலீஸ்காரர்களால் தெரிந்துகொள்ள முடியுமா?" மெல் கேட்டான். ஒப்பனையின் காரணமாக சால்ஸால் நன்றாகச் சிரிக்க முடிய வில்லை. ஆனால் கண்களில் குறும்புத்தனம் மின்னியது. "உண்மையைச் சொன்னால் நான் இந்தக் கீழ்த் தளத்தை வாடகைக்கு எடுக்கவில்லை. நான் இப்படிக் காரில் சுற்றிக்கொண்டிருந்தபோது இந்தக் கட்டடம் காலியாகக் கிடப்பதைப் பார்த்தேன். பிறகு நான் கொஞ்சம் உடைப்பு வேலைகள் செய்து உள்ளே சென்றேன். இனி நாம் போகலாம். ஒரு காரைத் திருடுவதுதான் அடுத்த வேலை."

ஐந்தாவது பிளாக்கில், ஹோாட் தெருவில் ஒரு கார் கிடந்தது. அதன் சன்னல்கள் திறந்திருந்தன. இரண்டு வருடப் பழமையான செடான் கார் அது. சால்ஸை அங்கே இறக்கி விட்டுவிட்டு நாங்கள் பக்கத்துத் தெருவில் காத்திருந்தோம். சால்ஸின் எளிய தந்திரத்தில் அந்த செடான் கார் விரைவில் வசப்பட்டது. ஒரு நிமிடத்திற்குள்ளாகவே சால்ஸ் அந்த வண்டியை ஓட்டிக்கொண்டு எங்களிடம் வந்தான். சால்ஸ் முன்பாகவும் நாங்கள் பின்னாலும் சென்றோம். சால்ஸ், வில்ஷயர் சாலை வழியே வண்டியை ஓட்டிச் சென்று சான்டா மோனிக்காவை அடைந்தான். காக்ஸ்டன் ட்ரஸ்ட் கடந்து ஒரு பிளாக் தாண்டியபோது சால்ஸ், காரை ஒரு பக்க வாட்டுச் சாலையில் திருப்பி வழியோரத்தில் நிறுத்தினான். மெல்லும் நானும் சற்றுப் பின்னால் இருந்தோம். சில நொடி களுக்குள் நாங்கள் அந்த செடானில் ஏறினோம். கைப்பெட்டி யையும், துண்டில் சுற்றிய துப்பாக்கியையும் அந்தத் திருட்டுக் காருக்கு மாற்றினோம். பின் இருக்கையில் அமர்ந்திருந்த நான் துப்பாக்கியை ஆயத்தப்படுத்தினேன். முன்னிருக்கையில் மெல்லும் சால்ஸும் அமர்ந்திருந்தார்கள். சால்ஸ் வண்டியைத் திருப்பி வில்ஷயரை நோக்கிச் செலுத்தினான். வங்கியைக் கடந்துள்ள பக்கச் சாலையில் காரைத் திருப்பினான். ஒரு சிறிய சந்து வந்தபோது மெதுவாக ஓட்டினான்.

"அதோ, அங்கே இருக்கிற மின்மாற்றியின் கம்பிகளைத்தான் நீ துண்டிக்க வேண்டும்." சுட்டிக்காட்டினான் சால்ஸ். காரில் அமர்ந்தபடி நான் வெளியே பார்த்தேன். சந்து தொடங்கும் இடத்தி லிருந்து ஏறத்தாழ பத்தடி தூரம், பிறகு ஏறத்தாழ இருபதடி உயரம்.

கண்களை மூடிக்கொண்டே சுட்டு அந்தக் கம்பிகளைத் துண்டிக்கலாம் என்று எனக்குத் தோன்றியது.

"நான்கு மணிதானே ஆகிறது. இன்னும் இரண்டு மணி நேரம் இருக்கிறது. என்ன செய்ய யோசனை?" கைக் கடிகாரத்தைப் பார்த்துக்கொண்டு நான் கேட்டேன். யாரும் மதியச் சாப்பாடு சாப்பிடவில்லையென்று அப்போதுதான் நினைவு வந்தது. உணவைப் பற்றிச் சிந்திக்கவோ, சாப்பிடுவதைப் பற்றி யோசிக்கவோ எனக்கு மனம் வரவில்லை. வயிறு மிகவும் எதிர்ப்புக் காட்டுவதைப் போன்று ஒரு எண்ணம். அதனால் மதிய உணவு விடுபட்ட விவரத்தைச் சொல்ல வேண்டாம் என்று முடிவு செய்தேன். "நாம் அந்த வங்கிக்குச் சென்று சுற்றிப் பார்த்தால் என்ன?" என்று கேட்டேன். "நாம் சும்மா சென்று பார்ப்போம். நானும் மெல்லும் வங்கிக்கு உள்ளே சென்றதில்லையே. நீ காட்டிய வரைபடத்தை மட்டும்தான் பார்த்தோம். அது போதாது."

சால்ஸுக்கு அது நல்ல யோசனையாகத் தோன்றியது. காரைத் திருப்பி வங்கியின் வாகனம் நிறுத்தும் இடத்தில் நிறுத்திவிட்டு மூவரும் பின்புற வாயில் வழியே வங்கிக்கு உள்ளே சென்றோம். நடுப்பகுதியில் இருக்கும் கவுண்ட்டருக்குச் சென்று சால்ஸ், பணம் செலுத்தும் படிவத்தை பூர்த்தி செய்யும் பாவனையிலிருந்தான். மெல், ஒரு பத்து டாலர் நோட்டுக்குச் சில்லறை வாங்க மற்றொரு காசாளரின் கவுண்ட்டருக்குச் சென்றான். நான் சென்று, இளநிலை அதிகாரிகள் அமர்ந்திருந்த வரிசையில் முன்னால் உள்ள கவுண்ட்டரில் நின்றேன். அறிவிப்புகளைப் படிப்பதுபோல நான், செக்கிங் அக்கௌன்டின் மேன்மைகளைப் பற்றி எழுதியிருந்த அனைத்தையும் படித்துப் பார்த்தேன். பணம் வைத்திருக்கிற பெட்டகத்திற்குச் செல்வதற்கான வாயிலை நோக்கியே என் முழுக் கவனமும் இருந்தது. மேசைக்கருகில் அமர்ந்திருந்த ஒரு பெண் எழுந்து என்னருகே வந்தாள்.

"உதவி ஏதும் வேண்டுமா?"

"நான் ஒரு நண்பனை எதிர்பார்த்து நிற்கிறேன்" என்று முணுமுணுத்துவிட்டு நான் திரும்பி நடந்தேன். அவள் கண்கள் என் முதுகைத் துளைக்குமென்று நான் அஞ்சினேன். என் மாறுவேடம் துல்லியமானது என்று எனக்குத் தெரிந்திருந்தாலும் நான் சற்றுக் கலக்கமடைந்தேன். மெல் ஹாரிசன் சில்லறை வாங்கிக்கொண்டு வாயிலை நோக்கி நடப்பதைப் பார்த்தேன். நான் சென்று அவனுடன் சேர்ந்துகொண்டேன். சற்றுப் பின்னால் சால்ஸும் வந்தான்.

காரில் ஏறும்போது மெல் சொன்னான்:

"காசாளரின் கவுண்ட்டரில் இருந்த அந்தப் பெண் என்னை மிகவும் உற்றுப் பார்த்தாள். என் மாறுவேடத்தைத் தெரிந்துகொண்டிருப்பாளோ என்னமோ! என் ஒப்பனைக் கலையவில்லை அல்லவா?"

சால்ஸ் மிகுந்த கவனத்துடன் மெல்லின் முகம் முழுதும் கூர்ந்து பார்த்துவிட்டு தலையசைத்தான்.

"ஒரு பிரச்சினையும் இல்லை. சும்மா அப்படி உனக்குத் தோன்றியிருக்கிறது, அவ்வளவுதான். நாம் வங்கிக்குள் செல்லும்போது ஒரு பருத்த மனிதரைப் பார்த்தோமே நினைவிருக்கிறதா?"

"சாம்பல் நிற சூட் அணிந்திருந்தாரே, அவர்தானே?"

"அவர்தான். அவர்தான் வங்கியின் தலைவர். அவர் என் முகத்தைப் பார்த்தார். என்னை அறிந்துகொண்டதாக எந்த உணர்ச்சியும் அவர் முகத்தில் தெரியவில்லை. முற்றிலும் அறிமுகமற்ற ஒரு ஆளைப் பார்ப்பதுபோலத்தான் அவர் என்னைப் பார்த்தார். அப்படியென்றால் நம் ஒப்பனை மிகச் சிறப்பானது தான். சந்தேகமில்லை,"

நேரம் அப்போது நான்கு மணி முடிந்து இருபது நிமிடங்களாகியிருந்தது. பிறகும் ஒன்றரை மணி நேரத்தைக் கடத்த வேண்டியிருந்ததால் நாங்கள் நேராகக் கடற்கரைக்குச் சென்றோம். அலைத் தொடர்களை ரசித்தபடி மீண்டும் ஒரு முறை எங்கள் கொள்ளைத் திட்டத்தைப் பேசி மனதில் பதிய வைத்துக் கொண்டோம்.

"உன் வீட்டில் கார் நிறுத்தும் இடத்தில் கதவை நீ திறந்து வைத்திருக்கிறாய்தானே?" என்று நான் கேட்டேன்.

ஆமாம் என்று சால்ஸ் தலையசைத்தான். "கார் நிறுத்தும் இடத்தில் தேவையான தண்ணீரும், சோப்பும், துண்டும் வைத்திருக்கிறேன். நாம் நேராகக் காரை அந்த இடத்தில் ஏற்றி நிறுத்துவோம். பிறகு நம் சொந்த உருவத்துடன் வெளியே வருவோம்."

ஆறு மணி ஆவதற்கு இருபது நிமிடங்கள் இருந்தபோது சால்ஸ் காரை கிளப்பினான். மின்மாற்றி இருந்த சந்தை அடைந்தபோது நான் கடிகாரத்தைப் பார்த்தேன். ஆறு ஆவதற்கு

இன்னும் ஐந்து நிமிடங்கள் இருந்தன. சால்ஸ் காரை சந்தில் நிறுத்தினான். பின் இருக்கையிலிருந்து துப்பாக்கியுடன் நான் வெளியே இறங்கியபோது சுற்றுப் புறத்தில் யாருமே இல்லை. ஒரு கையை காரின் முன்னால் உள்ள பம்பரில் ஊன்றி மண்டியிட்டு துப்பாக்கியின் தொலை நோக்கியின் வழியே குறி பார்த்தேன். மின்மாற்றியின் வயர்கள் தொலைநோக்கியின் கோட்டுக்கு மேலே வந்தபோது விசையை அழுத்தினேன். கண்களுக்குப் புலப்படாத கம்பி வெட்டும் குறடு ஒன்றால் துண்டிக்கப்பட்டதைப்போல் மின்மாற்றியின் கம்பிகள் வெட்டப்பட்டன. நான் மீண்டும் இன்னொரு முறை சுட்டேன். பிறகு அவசரமாகத் தாவி காரில் ஏறினேன்.

நான் காரில் அமர்ந்து துப்பாக்கியின் பகுதிகளைக் கழட்டி பழையபடி துண்டில் சுற்றி வைத்தேன். அப்போது கார், வங்கியின் வாகனம் நிறுத்தும் இடத்திற்கு வந்துவிட்டது. பின் கதவுகள் வழியாக நாங்கள் வங்கிக்குள் நுழைந்தபோது நான் கடிகாரத்தைப் பார்த்தேன். ஆறு ஆவதற்கு இரண்டு நிமிடங்கள். வங்கிக்கு வருகின்ற வாடிக்கையாளர்களின் வசதியைக் கருத்தில்கொண்டு அறையின் நடுப்பகுதியில் மூன்று மேசைகள் இட்டிருந்தார்கள். நாங்கள் மூவரும் ஆளுக்கொரு மேசையை நோக்கி நடந்தோம். நடுவில் இருந்த மேசையருகே நான் அமர்ந்தேன். கைப்பெட்டியை மேசை மீது வைத்துவிட்டு, பணம் செலுத்தும் படிவம் ஒன்றை எடுத்தேன். மேசை மீது கிடந்த பேனாவால் அதில் அர்த்தமற்றுக் கிறுக்கிக்கொண்டு நேரம் போக்கினேன். பின் வாயிலுக்குப் பக்கத்திலுள்ள மேசையினருகே அமர்ந்து மெல்லும் என்னைப் போலக் கிறுக்கிக்கொண்டிருந்தான். என் மறு புறத்தில் இருந்த சால்ஸ் அப்போதுதான் பேனா எடுப்பதற்குக் கை நீட்டினான். நான் சுற்றிலும் ஒருமுறை பார்த்தேன். அப்போது வங்கியில் எதிர் பார்த்ததைவிட அதிகமான வாடிக்கையாளர்கள் இருந்தார்கள். ஐந்து காசாளர்களின் கவுண்ட்டர்களிலும் ஆறேழு வாடிக்கையாளர் வீதம் இருந்தார்கள். அவர்களெல்லாம் வேலை முடிந்து செல்வதற்கு இன்னும் கொஞ்சம் நேரமாகும் என்று எனக்குத் தெரியும். திட்டத்தைத் தொடங்கச் சற்றுத் தாமதமாகும் என்று நான் எதிர்பார்த்தேன். திடீரென்றுதான் மற்றொரு வினோதமான விஷயத்தை நான் கவனித்தேன். வாடிக்கையாளர்களில் எல்லோருமே ஆண்களாக இருந்தார்கள். ஒரே ஒரு பெண்கூடவா இல்லை? வாடிக்கையாளர்களிலிருந்து இருவர் சட்டென்று என் மேசையை நோக்கி வந்தார்கள். என் வலப் புறம் ஒருவர், இடப்புறம்

ஒருவர். அதே போன்று மெல்லின் அருகிலும், சால்ஸின் அருகிலும் ஆட்கள் வந்து நின்றபோது என் மனதில் அபாயச் சங்கு அலறத் தொடங்கியது. என்ன செய்வதற்கும் நேரம் கிடைக்கவில்லை. அதற்கு முன்னால் ஒரு துப்பாக்கியின் முனை என் இடது விலாப் புறத்தில் அழுந்தியது. வலது புறத்திலிருந்தவர் என் கைகளைப் பின்னால் இழுத்து முதுகுப் புறமாகக் கட்டினார். என் கரங்களில் விலங்கு பூட்டப்பட்டது. பையிலிருந்த துப்பாக்கி பறிக்கப்பட்டது. பேரதிர்ச்சியில் கலவரமாகி நான் வலமும் இடமும் திரும்பிப் பார்த்தபோது, மெல்லுக்கும் சால்ஸுக்கும் அதே போன்று வரவேற்பு கிடைப்பதைக் கண்டேன். இடது புறத்தில் துப்பாக்கியை அழுத்திக்கொண்டிருந்தவர், இப்போது கைப்பெட்டியைத் திறந்தார். அதற்குள் நிறைந்திருந்த துணிப்பைகளை எடுத்து மேசை மீது போட்டார்.

"நன்றாக இருக்கிறதே சிப்! தயாராகத்தான் வந்திருக்கிறீர்கள் அல்லவா?" என்று அவர் கேட்டார். தன் கோட்டுப் பையிலிருந்து தோலாலான ஒரு சிறிய அடையாள இலச்சினையைக் காட்டினார். அவர் எஃப்.பி.ஐ.யின் ஏஜன்ட்டான 'மைரோன் ஷாப்' என்று புரிந்துகொண்டேன். காசாளர்களின் கவுண்ட்டர்களில் நின்றிருந்த மற்ற போலீஸ்காரர்களும் துப்பாக்கி ஏந்தியபடி எங்களைச் சுற்றிச் சூழ்ந்தார்கள். நான் அப்போதுதான் மிகவும் வேதனையான ஒரு விஷயத்தைப் புரிந்துகொண்டேன். போலீஸ்காரர்களின் அடுக்கு வியூகத்திற்குள் வந்து மாட்டிக்கொண்டோம் என்று பெருந்துயரத்துடன் புரிந்துகொண்டேன்.

அவர்கள் மெல்லையும், சால்ஸையும் பிடித்துக்கொண்டு வந்தார்கள். எங்கள் மூவரையும் மாறி மாறிப் பார்த்துவிட்டு மைரோன் ஷாப் வியப்புடன் தலையசைத்தார்.

அவர் மெல்லை முன்பே அறிந்ததுபோன்று, "ஹலோ ரெட்!" என்று அழைத்தார். பிறகு அவர் சால்ஸைப் பார்த்தார், "இது நம் பழைய கூட்டாளி கோபர் ஸ்ட்டேசி அல்லவா. பட்டப் பகலில் வங்கியைக் கொள்ளையடிக்க உங்களுக்கு எப்படித் தைரியம் வந்தது. உங்களை யாரும் அடையாளம் கண்டுகொள்ள மாட்டார்கள் என்று நினைத்தீர்களா? நல்லது. நீங்கள் மூவரும் ஒன்றாகச் சேர்ந்து கொள்ளையடிக்கத் திட்டமிட்டிருக்கிறீர்கள் என்று எங்களுக்குத் தெரியவே தெரியாது. நீங்கள் மூவரும் சற்று முன்னால் வங்கிக்கு வந்து சென்றீர்கள் என்று எங்களுக்கு வங்கியிலிருந்து தொலைபேசி செய்தார்கள். அப்போதுதான்

நாங்கள் விவரமறிந்தோம். உங்கள் மூவருக்கும் இடையில் தொடர்பு உண்டென்று எனக்கு இப்போதுதான் தெரிகிறது" என்றார் மைரோன்.

சால்ஸ்தான் முதலில் குரலெழுப்பினான்: "நீங்கள் என்ன சொல்கிறீர்கள்? நாங்கள் எந்தக் குற்றமும் செய்யவில்லையே?"

அதற்குப் பதிலாக எஃப். பி. ஐ. காரரர் சிரித்தார். "பேச்சுத் திறமையால் தப்பிவிடலாம் என்று நினைக்கிறாயா கோபர்? பல வருடங்களுக்குப் பிறகுதான் எங்களுக்கு இப்படி ஒரு நல்ல அதிர்ஷ்டம் வாய்த்திருக்கிறது. போலீஸ் தேடும் பட்டியலில் இடம் பெற்றிருக்கும் முதல் பத்து கேடிகளில் மூவரை ஒன்றாக ஒரே நேரத்தில் பிடிப்பது என்பது மிகப் பெரிய சாதனைதான். ஆனால், ஒரே ஒரு விஷயம்தான் எனக்கு ஆச்சரியமாக இருக்கிறது. வங்கியைக் கொள்ளையடிக்க உங்கள் உண்மையான உருவத்துடன் வரத் துணிந்தீர்களே! அதுதான் ஏன் என்று எனக்குப் புரியவில்லை. உங்களுக்குப் பைத்தியம் பிடித்துவிட்டதா? உங்கள் புகைப்படங்கள் எல்லா அஞ்சலகங்களிலும், ரயில் நிலையங்களிலும் ஒட்டப்பட்டிருக்கின்றன என்று உங்களுக்குத் தெரியாதா? அந்தப் புகைப்படங்களை எல்லா வங்கிகளுக்கும் அனுப்புவதுண்டு என்று தெரியாதா? அதிகமாகச் சொல்வானேன், 'ட்ரு' துப்பறியும் பத்திரிகையில்கூட உங்கள் படங்களை நாங்கள் பிரசுரிப்பதுண்டு. அதிசயமாகத்தான் இருக்கிறது உங்கள் திட்டம்!"

ட்ரு துப்பறியும் பத்திரிகை!

நான் அப்போதுதான் விஷயங்களின் உண்மை நிலையைப் புரிந்துகொண்டேன். பேரிடி தாக்கியது போன்றிருந்தது.

பெஞ்சமின் பாஸ்ட் என்னும் அந்தச் சிறிய மனிதர் சரியாக வேலை வைத்துவிட்டார்! துப்பறியும் பத்திரிகைகளில் பார்த்த புகைப்படங்களைத்தான் அவர் எங்கள் ஒப்பனைகளுக்கு மாடலாக தேர்ந்தெடுத்திருக்கிறார்!

❋

5. கால எந்திரம்

- ஜாக் ரிச்சி

"அப்படியென்றால் நீங்கள் மனித குலத்தைப் பேரழிவிலிருந்து காப்பாற்றிவிட்டீர்கள், அப்படித் தானே?" பேராசிரியர் லேட்டன் கேட்டார்.

"ஆமாம்." நான் சொன்னேன், "மறைமுகமாக."

பேராசிரியர் லேட்டன் எந்த விஷயத்திலும் அவநம்பிக்கையை வெளிப்படுத்தும் வகையைச் சேர்ந்தவர். "நவீன எந்திரக் கருவிகளின் ஒரு அழகான தொடர்ச்சியையே நீங்கள் இங்கே ஆயத்தப் படுத்தியிருக்கிறீர்களே! நீங்கள் இதற்கு, எதிர்காலத்தை நோக்கிப் பாய்ந்து செல்லும் 'கால எந்திரம்' என்று தான் பெயரிட்டிருப்பீர்கள் போலிருக்கிறது."

நான் "இல்லை" என்றேன், "இந்த எந்திரம் எதிர் காலத்திற்குள் செல்லாது. ஆனால் இந்த எந்திரத்தின் உதவியால் ஒரு பொருளை எதிர்காலத்திற்கு அனுப்ப என்னால் முடியும்."

உண்மையைச் சொன்னால் எனக்கு பேராசிரியர் லேட்டனைப் பிடிக்காது. அவரை நான் ஒருபோதும் விரும்பியதுமில்லை. அவரது அறிவுக் கூர்மையையும், சொல் வன்மையையும் நான் பாராட்டுகிறேன். ஆயினும் எனக்கு அவரைப் பிடிக்காது. ஒரு அறிஞர் என்ற நிலையில் பேராசிரியர் லேட்டன் உயர்ந்த பதவியைப் பெற்றிருந்தார்.

"அப்படியா? எதிர்காலம் நிலையானது ஆயிற்றே? அதை மாற்ற முடியாது அல்லவா?" பேராசிரியர் கேட்டார்.

"உண்மையைச் சொன்னால் அதன் எல்லா பரிமாணங்களும் எனக்குப் புரியவில்லை. ஆயினும் அடிப்படையாகச் சொன்னால், நீங்கள் சொன்னதுதான் சரி என்று தோன்றுகிறது."

சுற்றிலும் காணக்கூடிய சாதாரண பொருட்களை வைத்துத் தான் என் ஆரம்பச் சோதனைகளைச் செய்தேன். 'தி மில் ஆன் தி ப்ளோஸ்' என்ற புத்தகத்தைப் பயன்படுத்தி நான் முதல் முறையாகச் சோதனை செய்தேன். அல்லது அந்தப் புத்தகம் தொலைந்து போனால்கூட அந்த இழப்பைச் சகித்துக் கொள்ளலாம் என்று நினைத்திருந்தேன். எனவே அந்தப் புத்தகத்தை நான் கால எந்திரத்தில் வைத்துவிட்டு, அதை எதிர் காலத்திற்குள் இருநூறு வருடங்கள் முன்னோக்கிச் செலுத்தினேன். ஐந்து நிமிடத்திற்குப் பிறகு அந்தப் புத்தகத்தைத் திரும்பக் கொண்டு வந்தபோது அது நனைந்திருந்தது. எதிர்காலத்தில் அது சென்று சேர்ந்த இடத்தில் மழை பொழிந்துகொண்டிருக்கக்கூடும் என்று நான் யூகித்தேன். பிற்பாடு நான் விளக்குகள், மேசைகள், நாற்காலிகள் என்று பற்பலப் பொருட்களைப் பயன்படுத்தினேன். கிடைத்த பலன் முற்றிலும் திருப்திகரமாக இருந்தது. விரைவிலேயே நான் உயிரற்ற பொருட்களை அனுப்புவதை நிறுத்திவிட்டு அதற்குப் பதிலாக உயிர்ப் பொருட்களை அனுப்பத் தொடங்கினேன். கண்ணாடிப் பாத்திரத்தில் ஒரு மீன், பச்சைக் கிளி, பிறகு கடைசியில் நண்பனிடமிருந்து கடனாக வாங்கிய நாய். என் எந்திரத்திற்குள் இருந்த அதிக எடையுள்ள பச்சை நாற்காலியின் காலில் கட்டிவிட்டுத் தான் அந்த நாயை எதிர்காலத்திற்குள் தள்ளிவிட்டேன். பாதுகாப்பாகக் கட்டி வைக்காதிருந்தால் அந்த நாய், மற்றொரு நூற்றாண்டிற்குச் சென்று சேர்ந்து, ஒருபோதும் திரும்ப அழைக்க முடியாதபடி தொலைந்துபோய்விடும் என்று அச்சம் கொண்டிருந்தேன். பத்து நிமிடங்களுக்குப் பிறகு நான் அதைத் திரும்பக் கொண்டு வந்தபோது பிரத்தியேக மாற்றமெதுவும் நான் பார்க்கவில்லை. அந்த நாய் கொட்டாவி விட்டது. அதைத் தவிரக் குறிப்பாக களைப்பையோ துன்பத்தையோ அது வெளிப்படுத்த வில்லை. நான் துணிச்சலுடன் அதை 20,000-ஆம் ஆண்டுக்கு அனுப்பினேன். என் கணக்கீட்டின்படி அந்த நாய் 20,000-ஆம் ஆண்டுக்குச் சென்றுவிட்டு பத்து நிமிடம் கழித்துத் திரும்பி வந்தது. ஆனால் அது உண்மையில் அந்த நூற்றாண்டுக்குச் சென்றதற்கு என்ன ஆதாரம்?

இந்த ஒரு கேள்விதான் என்னை அந்தப் பச்சை நாற்காலியில் அமரச் செய்தது. நாற்காலியில் அமர்ந்தபடி நான் என்

உள்ளங்கையிலிருந்த கண்ட்ரோல் பேனலைப் பார்த்தேன். கையில் எடுத்துச் செல்லக்கூடிய ஒரு சிறிய எந்திரம் அது. எவ்வளவு தூரம் போக வேண்டும்? டயலை எவ்வளவு திருப்ப வேண்டும்? நான் நாற்காலியில் அமர்ந்தபடி சிந்தித்தேன். ஓராயிரம் வருடங்கள்? அல்லது ஆபத்து ஏற்படுவதற்கான சாத்தியப்பாடுகளை முடிந்தவரை தவிர்த்தபடி வெறும் ஒரு பத்து வருடம் மட்டும் போதுமா? அல்லது இருபது வருடமா?

சிரித்தபடி நான் அன்று முடிவெடுத்தது எனக்கு நினைவு வந்தது. ஆட்டுக் குட்டியைத் திருடக்கூடிய வாய்ப்பு இருந்தால் ஏன் ஆட்டைத் திருடக் கூடாது? இருபதாக இருக்கலாம் என்றால் ஏன் இருபதாயிரமாக இருக்கக் கூடாது? இருபதாயிரமாண்டிற்கான பயணம் சுவாரஸ்யமாக இருக்கும் என்று எனக்குத் தோன்றியது. நான் அதற்கேற்றபடி பித்தான்களை அழுத்தினேன்.

பேராசிரியர் லேட்டன் சுருட்டைப் பற்ற வைத்தார். "நீங்கள் பார்த்த உலகம் எப்படியிருந்தது?"

"எங்கும் பசுமை மயம்தான்!" நான் தொடர்ந்து சொன்னேன். "தாவரங்கள் மிகப் பெரிய அளவில் வானளாவி வளர்ந்திருப்பதைக் கண்டேன். அதன் ரகசியத்தை நான் பிற்பாடுதான் புரிந்து கொண்டேன். ஏறத்தாழ பதினான்காயிரம் வருடங்களுக்குப் பிறகு தான் அந்த மாற்றம் நடந்தது. மரங்கள் மற்ற பிற தாவரங்களின் பெரு நாசத்திலிருந்து ஒரு பெரிய மீள் வரவு ஏற்பட்டது."

"அந்தச் சம்பவம் நடப்பதற்கு முன்பு என்ன நடந்தது என்று நீங்கள் சொல்கிறீர்கள்?" பேராசிரியர் கேள்வி எழுப்பினார்.

"அணுகுண்டு யுத்தங்கள். ஹைட்ரஜன் குண்டுகள், கோபால்ட் குண்டுகள்... அப்படிப் பல." பேராசிரியர் கேலி செய்வதுபோல ஒரு முறை தும்மினார். அடுத்த கேள்வி நான் எதிர்பார்த்ததுதான்.

"அப்படியென்றால் பரிபூரண அழிவிலிருந்து தாவரவகை உயிர்த்தெழுந்தது என்று சொல்கிறீர்கள், அப்படித்தானே? அப்படியென்றால் மனிதர்கள்? மனிதர்கள் இருந்தார்களா இல்லையா?"

நான் சொன்னேன், "இருந்தார்கள், மனிதர்கள் இருந்தார்கள்."

"அவர்களிடம் உடற் குறைபாடுகள் இருந்தனவா? அதுபோன்ற மாற்றங்கள் எதையாவது பார்த்தீர்களா?"

“இல்லை. இன்றைய மனிதர்களிடமிருந்து அவர்கள் மாறுபட்டிருக்கவில்லை. ஆனால் மனிதர்களெல்லாம் விரைவில் இறந்துகொண்டிருப்பதை நான் பார்த்தேன்.”

“அணுப் பரவல்? சுற்றுச் சூழல் மாசுபாடுகள்?”

“இல்லை, அதெல்லாம் கடந்துவிட்டிருந்தது என்று நான் சொன்னேனே! தூய நல்ல காற்றைத்தான் நான் உணர்ந்தேன். ஆனால் மனிதர்களின் மனதில்தான் மாற்றங்கள் ஏற்பட்டிருந்தன.”

“அவர்களின் மனதிற்கு என்ன ஆயிற்று?”

அந்தக் கேள்வியைக் கேட்டு நான் மன்னிப்புக் கோரும் விதத்தில் புன்னகைத்தேன்.

“மனித குலத்திற்கு ‘எல்லாம் போதும்’ என்று தோன்றி விட்டதாக நான் நினைக்கிறேன். அவர்கள் அர்த்தமற்ற வாழ்க் கையில் முற்றிலும் ஆர்வமற்றவர்களைப் போல இருந்தார்கள். ஒன்றிலும் ஈடுபாடு இல்லாமல் போகும்போது வாழ்க்கையை அழித்துக்கொள்ள அவர்கள் முடிவு செய்தார்கள் என்று அனுமானிக்கிறேன். நான் இயந்திரத்தின் உதவியால் பூமியில் பல இடங்களுக்கு, குறைந்த பட்சம் ஒரு பத்துப் பதினைந்து இடங்களுக்குச் சென்று பார்த்தேன். எல்லா இடங்களிலும் அந்த ஒரு சுபாவத்தையே வெளிப்படையாகப் பார்த்தேன். என் கணக்கீட்டின்படி பூமியின் மொத்த மக்கள் தொகை ஏறத்தாழ ஒரு லட்சத்திற்கும் குறைவாக வந்திருக்க வேண்டும்.”

பேராசிரியர் தன் தலைமுடிக்குள் விரல்களை நுழைத்தார்.

“நீங்கள் அவர்களுடன் பேசியிருப்பீர்கள்தானே? அவர்க ளெல்லாம் ஆங்கிலத்தில்தான் கருத்துப் பரிமாற்றம் செய்கிறார்களா?”

“அல்ல. உண்மையைச் சொன்னால், மொழிகளெல்லாம் சிறுத்துச் சிறுத்து வெறும் ஓசைகளாக மாறிய காட்சியைத்தான் நான் பார்த்தேன். ஒற்றைப் பார்வையிலேயே அவர்களின் அறிவுத் திறனும், கூர்மையும் எந்தவிதத்திலும் பாதிக்கப்படவில்லை யென்று என்னால் புரிந்துகொள்ள முடிந்தது. ஆனால் வாழ்வ தற்கான அடக்க முடியாத ஆசை, உயிரை நிலை நிறுத்துவதற்கான ஆவல்... அதுதான் அவர்களிடம் இல்லை.”

லேட்டன் கோபத்துடன் என்னை நோக்கி விரல் சுட்டினார்.

“அதன் பிறகுமா நீங்கள் உரிமை கோரினீர்கள்?... உங்களால் அது முடிந்தது என்று?” பேராசிரியர் உடனே உணர்வெழுச்சியை

அடக்கிக்கொண்டார். "நீங்கள் எவ்வளவு நேரம் அங்கே இருந்தீர்கள்?"

"ஒரு வாரம். மிகுந்த சுவாரஸ்யமாக இருந்தது. நான் ஒரு சுற்றுலாப் பயணி என்று எனக்குத் தோன்றியது."

"ஒரு வாரமா?" பேராசிரியர் பல்லிளித்துக் காட்டினார். "இயல்பாக சூன்ய ஆகாசப் பயணத்தில் அனுபவப்படும் நேர வித்தியாச வளையத்தை நீங்கள் சென்றடைந்திருப்பீர்களோ? எதிர்காலத்தின் ஒரு வாரம் என்றால், நிகழ்காலத்தில் ஒரு நொடிதானே வரும்?"

"இல்லை, இல்லை." நான் திருத்தினேன். "நேர வித்தியாசம் என்ற ஒன்றில்லை. ஒன்றுக்கு ஒன்றுதான். அப்படியென்றால் நிகழ்காலத்தின் ஒரு மணி நேரம், எதிர்காலத்தின் ஒரு மணி நேரத்திற்குச் சமம் என்று அர்த்தம். ஒரு வருடம் - எதிர்காலத்திலும் ஒரு வருடம். ஒரு ஆயுட் காலம் - எதிர்காலத்திலும் ஒரு ஆயுட் காலம்." நான் நெடிய பெருமூச்சுவிட்டேன். "நான் அங்கே சென்று காட்சிப்பட்டபோது - அதுவும் அவர்களிடையே - ஏற்பட்ட வித்தியாசத்தை சொற்களால் விவரிக்க முடியாது. வேண்டுமானால், நான் ஒரு தூண்டும் பொருளாக மாறினேன் என்று சொல்லலாம். இயல்பாகவே நான் அவர்களின் தலைவனானேன். ஏனெனில் அந்த இடத்தில் அமர அவர்கள் யாரும் ஆர்வம் காட்டவில்லை என்பதுதான் விஷயம். அவர்கள் என் கட்டளைக்கு ஏற்றபடி நடந்துகொண்டார்கள். என் விருப்பப்படி எதுவும் செய்ய அவர்கள் தயாரானார்கள். என் உத்தரவுப்படியே வாழ்வை நிலை நிறுத்தவும் அவர்கள் தயாரானார்கள். வெளிப்படையாகச் சொன்னால் அவர்களின் அடிமைத்தனம் என்னை மிகவும் வெட்கமடையச் செய்தது."

லேட்டன், சுருட்டைக் கடித்துவிட்டாரோ என்ற ஒரு எண்ணம் எனக்கு ஏற்பட்டது. அவர் கேட்டார்:

"இந்த எந்திரத்தைப் பயன்படுத்தி எதிர்காலத்திற்குள் எவ்வளவு தூரம் செல்ல முடியும் என்று நீங்கள் சொல்கிறீர்கள்?"

"இருபதாயிரம் வருடம்" நான் சொன்னேன். "அதுதான் இது எந்திரத்தின் வரையறை என்று தோன்றுகிறது."

"அப்படியென்றால் நீங்கள் எதிர்காலத்தில் இருபதாயிரம் வருடங்கள் கடந்து சென்றபோது மனித வம்சம் பேரழிவின்

விளிம்பில் இருப்பதைப் பார்த்தீர்கள், அப்படித்தானே?" என்று கேட்டார்.

"ஆமாம்."

"அது உங்களுக்குத் துயரம் ஏற்படுத்தியது?"

"ஆமாம்."

பேராசிரியர் மீண்டும் பல்லிளித்தார். "அப்படியென்றால் நீங்கள் துயரப்படுவதோடு நிற்காமல் கால எந்திரத்தில் ஏறி இன்னும் ஓராயிரம் வருடங்கள் ஏன் முன்னால் செல்லவில்லை? அப்போது நீங்கள் மனித குலம் முற்றிலுமாக அழிந்ததா, அல்லது தப்பித்ததா என்று நேரடியாகப் பார்த்திருக்கலாமே?"

"நான் அப்படித்தான் செய்தேன்."

பேராசிரியர் அமைதியாக என்னைச் சந்தேகத்துடன் பார்த்தார். "அப்புறம்? மனித இனம் காப்பாற்றப்பட்டதா?"

நான் ஆமாம் என்ற பொருளில் தலையசைத்தேன். "தப்பித்தது. விஷயங்கள் மிக அழகாக முடிந்தன என்று நான் அறிந்து கொண்டேன்."

பேராசிரியர் நீண்ட பெருமூச்சுவிட்டார். "அந்த ஒரு வாரத்தில் நீங்கள்..."

"கடவுளே! அப்படியொன்றும் நடக்கவில்லை." நான் விளக்கினேன். "மனித இனத்தைக் காப்பாற்ற ஒரு ஆயுட்காலம் தேவைப்பட்டது."

"அதை நீங்கள் செய்தீர்கள், அல்லவா?"

"இல்லை."

முகம் சுளித்தபடி பேராசிரியர் பச்சை நாற்காலியில் நிமிர்ந்து அமர்ந்தார். "பிறகு யார் அதைச் செய்தது?"

"நீங்கள்" என்று சொல்லி நான் பித்தானை அழுத்தினேன்.

✳

6. விலங்குப் பயிற்சியாளர்

- ஜான் லூத்ஸ்

மாரிகினின் ஷாபர், படகுத் துறையில் காத்திருந்தார். விலையுயர்ந்த அழகான அந்த நீண்ட விரைவுப் படகினருகில் அவர், வில்லியம் ப்ரன்டை எதிர் பார்த்து நின்றிருந்தார். வில்லியமைப் பார்த்த உடனே அவர், சீருடைத் தொப்பியில் விரலால் தொட்டு வணக்கம் தெரிவித்தார். பதில்கூறுமுகமாக வில்லியம் ப்ரன்ட் புன்னகைத்தார்.

வில்லியம் ப்ரன்ட் தன்னை அறிமுகப்படுத்திக் கொண்டார்.

"சரி ஐயா." ஷாபர் பதில் சொல்லிவிட்டு, வில்லியம் படகில் ஏற உதவி செய்தார். ப்ரன்டின் தோற்றமும் உடல் அமைப்பும் முன்பே ஷாபருக்குத் தெரிவிக்கப் பட்டிருந்தது. சாம்பல் நிற அலைத் தொடர்களின் ஊசலாட்டத்தின் வசியத்திற்கு ஆட்பட்டதைப்போல அவர்கள் அமைதியாகப் படகில் அமர்ந்திருந்தார்கள். படகின் எஞ்சின் ஓசையிட்டபடி அவர்களை ஒளிரும் நீர்ப்பரப்பினூடே விரைந்து முன்னே கொண்டு சென்றது. குச்சியைப்போல நிமிர்ந்து அமர்ந்திருந்த ஷாபரின் பின்பாகமும், அதற்கு அப்பாலுள்ள படகின் உயர்ந்த முன்பாகமும் தாண்டி, ப்ரன்டின் கண்கள் தொலை தூரத்திற்குச் சென்றன. அங்கே தொலைவில், சிவப்பு நிறமுள்ள காண்டில் தீவின் கடற்கரையை அவரால் தெளிவற்றுப் பார்க்க முடிந்தது. மாமனிதர்

மாரிகினின் விருந்தினராக இரவு உணவுக்குச் சென்றுகொண்டிருக் கிறார் வில்லியம் ப்ரன்ட்.

அந்த விரைவுப் படகு மாரிகினுக்குச் சொந்தமான படகுத் துறையில் சென்று நின்றது. துறையில் அப்போது மிகவும் அழகான, அழுக்குப் படியாத வேறொரு படகும் இருந்தது. ப்ரன்ட் சென்ற விரைவுப் படகு அதன் பக்கத்தில் கட்டி வைக்கப்பட்டது. ஒருவருக்கொருவர் எதுவும் பேசிக் கொள்ளாமல் ப்ரன்ட்டும் ஷாபரும் கற்கள் பாவிய அந்த நீண்ட நடைபாதை வழியே, அந்தப் பெரிய மாளிகையை நோக்கி நடந்தார்கள். மிகவும் அகலமான இடத்தில் ஏறத்தாழ அரை மைல் அகலமும், ஒரு மைல் நீளமும் உள்ள ஒரு சிறிய தீவு அது. காண்டில் தீவு. அந்தத் தீவில் மூன்று நான்கு தனியார் வீடுகள் மட்டும்தான் உள்ளன. மாரிகினின் வீட்டைப் பார்த்தபோது, மற்ற வீடுகள் அந்த அளவு அழகாகவும் பெரிதாகவும் இல்லையென்று ப்ரன்ட்டுக்குத் தோன்றியது.

முதலில் கட்டப்பட்ட கட்டடம் நடுவில் இருந்தது. புராதனமான மரத் தூண்கள் தாங்கிய முன்மண்டபமும் பிறவும் உள்ள ஒரு வெள்ளைக் கட்டடம். அதைச் சுற்றிலும் இடதுபுறமும் வலது புறமும் புதிதாகக் கட்டப்பட்ட செங்கல் கட்டடங்கள். உயரம் குறைவாக, நவீன ரீதியில் கட்டப்பட்ட அந்தக் கட்டடங்கள் ஏறத்தாழ நூறு அடி நீளமிருந்தன. அந்தக் காட்சி, கற்களாலும் மரத்தாலும் உருவாக்கப்பட்ட ஒரு பெரும் பறவை மலைக்கு மேலே ஓய்வெடுக்கும் ஒரு தோற்றத்தை ப்ரன்டிடம் ஏற்படுத்தியது. பணிப் பெண் வந்து கதவைத் திறந்தபோது சூரியன் அஸ்தமிக்கப்போகும் ஆயத்தத்திலிருந்தது. மிகவும் அழகாக ஏற்பாடு செய்யப்பட்டிருந்த ஒரு பெரிய அறைக்கு அவள் அவரை அழைத்துச் சென்றாள். பளிங்குத் தரைக்கு மேலே இடப்பட்டிருந்த மேசையில் ப்ரன்ட்டை எதிர்பார்த்து ஒரு குவளை ஷெரி இருந்தது.

"திரு. மாரிகின் இப்போது வருவார்" என்று அறிவித்துவிட்டு பணிப் பெண் சென்றாள். ஷெரியைச் சுவைத்தவாறே ப்ரன்ட் சுற்றுப்புறத்தைப் பார்த்தார். பெரிய கூடம் போன்றிருந்த அந்த அறையின் சுவர்களில் மகாகனி மரத்தின் சட்டங்கள் ஒட்டப் பட்டிருந்தன. வடக்குப்புறமிருந்த சுவரின் ஏறத்தாழ பாதிப் பகுதி சன்னலாக அமைக்கப்பட்டிருந்தது. தான் அமர்ந்திருக்கும் சிவப்புத் தோல் நாற்காலியிலிருந்து பார்த்தால், கறுத்துக்கொண்டிருக்கும் கடலை ப்ரன்ட்டால் பார்க்க முடியும். மென்மையான, மெத்தைபோன்ற நாற்காலியில் அமர்ந்திருப்பது மிகவும் சுகமாக

இருந்தது. அதை அனுபவித்தபடி பிரன்ட், மாரிக் தன்னை இரவு உணவுக்கு அழைத்த காரணத்தைப் பற்றி சிந்தித்தார். 'நான் மெக்ஸிகோவில் இன்ன இடத்தில் இருப்பேன் என்று மாரிக் எப்படி மோப்பம் பிடித்தார்?' என்று சிந்தித்தார் ப்ரன்ட். உண்மையைச் சொன்னால் ப்ரன்ட்டுக்கும் மாரிக்குக்கும் இடையில் அவ்வளவு ஆழமான தோழமை ஏற்பட வேண்டிய காரணம் ஒன்றுமில்லை. அவர்கள் இருவரும் நியூயார்க்கில் நடந்த ஒரு விருந்தில் கலந்துகொண்டார்கள். அவர்களுக்கிடையிலான பரிச்சயம் அவ்வளவுதான். மாமனிதர் மாரிக்கை அங்குதான் ப்ரன்ட் பார்த்து அறிமுகங்கொண்டார். ஒரு காலத்தில் புகழ் பெற்ற விலங்குப் பயிற்சியாளராக இருந்த - குறிப்பாகப் புலிகளின் - மாரிக்கை சந்திக்க முடிந்ததை ஒரு மகிழ்ச்சியான அனுபவமாகத் தான் ப்ரன்ட் பார்த்தார். ஐரோப்பா முழுதும், அவரிடம் பிரத்தியேகப் பயிற்சி பெற்ற நாய்களின் திறமையின் காரணமாக ப்ரன்ட் பெரும் புகழ் பெற்றிருந்தார். அன்று ப்ரன்ட், மாரிக்குடன் பத்து நிமிட நேரம்தான் இருந்தார். சில வாரங்களுக்குப் பிறகு, மாரிக் தன்னைத் தேடுகிறார் என்று ஒரு நண்பரின் வாயிலாக அறிந்தபோது, உண்மையில் ப்ரன்ட் வியப்படைந்தார். அந்தப் பத்து நிமிட நேரத்தில் மாரிக்கின் அன்பைப் பெற முடிந்ததில் அவருக்கு மகிழ்ச்சி ஏற்பட்டது.

ப்ரன்ட், தான் அறிந்துகொள்ளவும், தன் ஆர்வத்தை அடக்குவதற்காகவும், புகழ்பெற்ற மாரிக்கைப் பற்றி சில தேடல்கள் நிகழ்த்தினார். மாரிக் இடையிடையே நியூயார்க்கிலும், மியாமியிலும், லண்டனிலும் தென்படுவார் என்பதைத் தவிர அவரைப் பற்றி மற்ற எதுவும் தெரிந்துகொள்ள முடியவில்லை. அவருக்கென்று சொந்தமாக ஒரு வீடோ, குடும்பமோ இருப்பதாகவும் யாரும் சொல்லவில்லை. விலங்குப் பயிற்சியிலிருந்து சம்பாதித்த பணத்தைக் கொண்டு பிற்காலத்தில் மாரிக் சுற்றித் திரிகிறார் என்றுதான் ப்ரன்ட் தெரிந்துகொள்ள முடிந்தது. ப்ரன்டின் தேடல்கள் அவ்வாறு முடிவடைந்தன. மாரிக்கை முற்றுமாக மறந்துவிட்டிருந்த வேளையில்தான், இரண்டு நாட்கள் முன்பு, இரவு உணவுக்கான அழைப்பு விடுதிக்கு வந்தது. ஷெரியைப் பருகியபடியே ப்ரன்ட் மீண்டும் சிந்தனையில் மூழ்கினார். மாரிக் மிகக் கடைசியாக நடத்திய நாய் நிகழ்ச்சியில் கலந்துகொண்ட ஜெர்மன் ஷெப்பட் நாய்கள் அந்த இடத்தில் எங்காவது சுற்றிக்கொண்டிருக்கின்றனவா என்று ப்ரன்ட் யோசித்தார். தான் வீட்டுக்கு வந்தபோது நாய்களின் குரைப்பொலி எதுவும்

கேட்காததை நினைவுகூர்ந்தார். ஆனால் மிகவும் சிறப்பான வகையில் பயிற்சி பெற்ற நாய்கள் அந்நியரைப் பார்த்துக் குரைக்காமலும் இருக்கலாம். சட்டென்று ஒரு பணியாளர் வந்து கதவைத் திறந்தார். அதன் வழியாக புகழ் பெற்ற விலங்குப் பயிற்சியாளர் மாரிக் அழகிய புன்னகையுடன் உள்ளே நுழைந்தார். கதவை மெல்ல சாத்திவிட்டு அவர் ப்ரன்டின் அருகே வந்தார். தான் ஆறு மாதம் முன்பு பார்த்த அதே முகமென்று நினைத்தார் ப்ரன்ட். ஒளிரும் வழுக்கைத் தலை. எப்போதும் புன்னகை சிந்தும் வட்ட முகம்.

"திரு. ப்ரன்ட்", மாரிக் மனம் கவரும் புன்னகையுடன் கை குலுக்குவதற்காக முன்னே வந்தார். "உங்களை மீண்டும் சந்திக்க முடிந்ததில் எனக்குப் பெரும் மகிழ்ச்சி." சுறுசுறுப்பான நடையும், இறுக்கமான கைகுலுக்கலும், அந்த உயரம் குறைந்த மனிதரின் ஆரோக்கியத்தையும் இளமையையும் பறைசாற்றுவதாக ப்ரன்ட்டுக்குத் தோன்றியது.

"உங்கள் அழைப்பு எனக்கு ஆச்சரியமளித்தது." ப்ரன்ட் தொடர்ந்தார், "நீங்கள் இங்கே வசிக்கிறீர்கள் என்று எனக்குத் தெரியவில்லை."

"எனக்கு விளம்பரம் அவ்வளவாகப் பிடிக்காது." வடிவொத்த தோள்களைக் குலுக்கிக் கொண்டு மாரிக் சொன்னார், "ஒரு ஆயுட் காலத்தில் எவ்வளவு புகழ் பெற முடியுமோ அவ்வளவும் எனக்குக் கிடைத்துவிட்டது."

"அதிகமாகப் போனால் சலிப்பு ஏற்படுவது இயல்புதான்." ப்ரன்ட் அதை ஏற்றுக்கொண்டார்.

ஒரு தட்டில் இரு குவளை ஷெரியுடன் பரிசாரகர் வந்தார். ப்ரன்ட் அதிலொன்றை எடுத்துக்கொண்டார். பரிசாரகர் காலியான முதலாவது குவளையைக் கொண்டு சென்றார்.

"ஷெரி உங்களுக்குப் பிடித்திருக்கிறது என்று எண்ணலாமா?" தன் குவளையை மங்கிய வெளிச்சத்தில் உயர்த்தியவாறு மாரிக் கேட்டார்.

"மிகச் சிறப்பாக இருக்கிறது!" என்றார் ப்ரன்ட்.

சற்று நேரம் இருவரும் மௌனமாக இருந்தார்கள்.

"பெரும் நிபுணத்துவத்துடன் நீங்கள் பயிற்சியளித்த அந்த நாய்கள் இப்போதும் இங்கு இருக்கின்றனவோ என்று நான்

வியந்துபோனேன். வருடக்கணக்காக உங்களுடன் வசித்த அந்த நாய்களின் மீது உங்களுக்குத் தனிப்பட்ட பாசம் ஏற்படா திருக்குமா?" ப்ரன்ட் மௌனத்தை உடைத்தார்.

"இல்லை." மாரிக் திருத்தினார். "நான் அவற்றை விற்று விட்டேன். அதிக நாள் வைத்திருந்து பயிற்சியளித்து முடியும்போது, விலங்குகளாக இருந்தாலும் அவற்றின் மீது ஒரு நெருக்கமும் அன்பும் ஏற்பட்டுவிடும். ஆனால், கடந்த காலங்களில் நான் எவ்வளவு விலங்குகளைப் பார்த்துவிட்டேன்! ஆயினும் அந்த நாய்களுக்கு அபாரமான அறிவாற்றல் இருந்தது."

ப்ரன்ட், இருப்பின் வசதியை நன்றாக அனுபவிப்பதற்காக பின்னால் சாய்ந்து அமர்ந்தார். "வருடங்களுக்கு முன்பு லண்டனில் நான் உங்கள் நிகழ்ச்சியைப் பார்த்தேன். அன்று நான் தீ வளையத்தின் உள்ளே நாய் தாவுவதைப் பார்த்தேன். நன்றாகப் பயிற்சியளித்தால் நாய்களுக்கு நெருப்பின் மீதான பயத்தைப் போக்கலாம் என்பது... பெரிய ஆச்சரியம்தான்!"

"அப்படியில்லை," மாரிக்கின் கறுப்புக் கண்கள் ஒளிர்ந்தன. "விலங்குகளும் மனிதர்களைப்போல அனுபவங்களை பொருட் களுடன் தொடர்புபடுத்தித்தான் சிந்திக்கும். திருப்தியளிக்கும் ஒரு நல்ல பரிசு கிடைக்கும் என்று தெரிந்தால் வெறுப்பூட்டும் எந்தச் செயலைச் செய்யவும் அவை கற்றுக் கொள்ளும். ஒரு முறை அது விருப்பமற்ற ஒரு செயலைச் செய்யக் கற்றுக்கொண்டால், துன்பமளிக்கும் தண்டனையிலிருந்து தப்புவதற்காக அது அந்தச் செயலை எப்போது வேண்டுமானாலும் செய்யத் தயாராக இருக்கும்."

"இந்தக் குணம் ஒவ்வொரு விலங்கிலும் வித்தியாசமான ரீதியில் வெளிப்படும் அல்லவா?"

மாரிக், ஷெரியின் சுவையை அனுபவித்துக் குடித்தார். "இல்லை, விலங்குகளுக்கிடையில் அந்த விஷயத்தில் எந்தவொரு குண வித்தியாசமும் இல்லை. அடிப்படையில் எல்லா விலங்கு களும் ஒன்று போலவே சிந்திக்கின்றன. பயிற்சியின் முக்கியமான பிரச்சினை கருத்துப் பரிமாற்ற பாணியில்தான் இருக்கிறது. இன்னின்ன ரீதியில் செயல்பட்டாலோ, செயல்படாமல் இருந்தாலோ, இன்னின்ன அனுபவங்கள் ஏற்படும் என்றோ, ஏற்படாது என்றோ விலங்குகளுக்கு உணர்த்துவதுதான் பயிற்சியின் முக்கியமான பாகம். அன்பும் பரிசுகளும்தான் மிகவும் சிறந்தது.

ஆனால் கடுமையான தண்டனையும் கிடைக்கும் என்ற பயத்தை பெரும்பாலான விலங்குகளில் உருவாக்க வேண்டியது தவிர்க்க முடியாதது. ஒரு செயலைச் செய்யவில்லை என்றால் உடனே வேதனை அனுபவிக்க வேண்டிவரும் என்று அவை புரிந்து கொண்டுவிட்டால், பிறகு அவை சிந்திக்காமலேயே அந்த விஷயத்தைச் செய்யும்."

"இவ்வளவு தெளிவாகச் சொல்லும்போது விஷயம் சற்றுக் குரூரமாக இருப்பதாகத் தோன்றுகிறது." என்றார் ப்ரன்ட்.

"ச்சே! ச்சே வாழ்க்கையே குரூரமல்லவா!" மாரிக் தோல்வி பாவத்துடன் சொன்னார்: "அப்புறம், இந்த விலங்குகள் நம்மை ஒன்றும் வெறுக்கவில்லையல்லவா; அவை நமக்குக் கட்டுப்பட பழகிக்கொள்கின்றன அவ்வளவுதான்." மாரிக் பட்டென்று கையில் கட்டியிருந்த தங்கக் கடிகாரத்தைப் பார்த்தார். "ஓ! மணி ஏழாகிவிட்டது. உணவு இப்போது தயாராகிவிடும். ஆயினும் அதற்கு முன்பாக நீங்கள் ஒரு ஷெரி குடியுங்கள் திரு. ப்ரன்ட்." ப்ரன்ட் மிகச் சுவையான அந்த ஷெரியின் கடைசித் துளிவரை குடித்தார். "தயவு செய்து என்னை வில் என்று அழையுங்கள். இல்லையென்றால் வில்லியம்."

"சரி, வில்லியம்." மாரிக் தலையசைத்தார். வளமார்ந்த அந்த வட்ட முகம் மகிழ்ச்சியால் ஒளிர்ந்தது. அவர்கள் எழுந்து ஒன்றாக அந்த அறையைவிட்டு வெளியே சென்றார்கள்.

நீளமான உணவு மேசை. அதை அதி அழகான லினன் துணியால் மூடியிருந்தார்கள். மிக உயர்வான வெள்ளிப் பாத்திரங் களும், பீங்கான் பாத்திரங்களும் செல்வச் செழிப்பின் வெளிப்பாடு களாக, அந்த மேசையில் அவர்களை எதிர்பார்த்து அணிவகுத் திருந்தன. ப்ரன்ட்டும், மாரிக்கும் இருக்கைகளில் அமர்ந்தார்கள். சட்டென்று ஒரு மஞ்சள் முடி அழகி வந்தபோது இருவரும் எழுந்தார்கள். பரிசாரகர் நகர்த்தி வைத்த இருக்கையில் அவளும் அமர்ந்தாள். வெளிறிய முகம். செதுக்கிச் செய்ததுபோன்ற அந்த முக அழகிற்கு ஒப்பனையின் தேவை இருக்கவில்லை. மேசை மீது பார்வை பதித்து அவள் அமைதியாக இருந்தாள். பிறகு அவள் இயந்திரத்தனமாக, மடக்கி வைத்திருந்த டேபிள் நாப்கினை எடுத்து மடியில் விரித்துக் கொண்டாள்.

"என் மகள் கிறிஸ்டினா." தாழ்ந்த குரலில், சற்றுக் கர்வத்துடன் மாரிக் தன் மகளை ப்ரன்ட்டுக்கு அறிமுகம் செய்து வைத்தார்.

"ஒன்பது வயதுக்கு மேலே இவளது அறிவு வளரவில்லை. மந்த புத்தி என்று சொல்லலாம். சிறிய வயதில் ஒரு விபத்து ஏற்பட்டது." மாரிக் சட்டென்று குரலை உயர்த்தினார், "இது திரு. ப்ரன்ட் கிறிஸ்டினா. வணக்கம் சொல்."

முற்றிலும் உணர்ச்சியற்ற இரண்டு நீல விழிகள் ப்ரன்ட்டைப் பார்த்தன. அந்த உதடுகளில் ஒரு அர்த்தமற்ற புன்னகை விரிந்தது. "வணக்கம். உங்களைச் சந்தித்ததில் மகிழ்ச்சி திரு. ப்ரன்ட்."

"உங்களைச் சந்தித்ததில் உண்மையில் எனக்குத்தான் மகிழ்ச்சி." மனதில் திடீரென்று பொங்கிப் பெருகிய இரக்கத்தைக் காட்டிக்கொள்ளாமல் ப்ரன்ட் சொன்னார். ப்ரன்ட்டின் உணர்ச்சி களைப் புரிந்துகொண்டதுபோல பட்டென்று மாரிக், பேச்சைக் கட்டுப்படுத்தும் பொறுப்பைத் தான் ஏற்றுக்கொண்டார். "கிறிஸ்டினா இங்கு மிகவும் மகிழ்ச்சியாக இருக்கிறாள். அவளது எல்லா விருப்பங்களையும் நிறைவேற்றுவதற்குப் பணியாளர்கள் இருக்கிறார்கள். அப்படித்தானே கிறிஸ்டினா?" அவள் ஆமாம் என்னும் பொருளில் தலையாட்டினாள். "ஆமாம் அப்பா."

மாரிக் புன்னகைத்தார். "இவள் வாழ்ந்துகொண்டிருக்கும் தொந்தரவில்லாத மகிழ்ச்சியான வாழ்க்கையைப் பார்க்கும்போது சில சமயம் எனக்குப் பொறாமையாக இருக்கும்."

இதற்கிடையில் ஒரு பணியாளர் ஓசையெழுப்பாமல் குளிர்ந்த ஜெல்லி கொன்ஸோம் தட்டுக்களை ஒவ்வொருவருக்கும் கொடுத்தார்.

"நல்ல சுற்றுச் சூழலில் பிறந்தது இவளது அதிர்ஷ்டம்" ப்ரன்ட் கொன்ஸோமை ருசித்துப் பார்த்தார். மிக அருமையான அந்த உணவின் சுவை ப்ரன்ட்டுக்கு மிகவும் பிடித்திருந்தது.

"ஆமாம்." மாரிக் ஏற்றுக்கொண்டார். "இவ்வளவு தூரத்தில், வந்து சேர்வதற்குச் சிரமமான இந்த அழகான தீவை என் வசிப்பிடமாக மாற்றியதற்கு கிறிஸ்டினாதான் காரணம். சில அந்நியர்களுக்கு கிறிஸ்டினாவின் நடவடிக்கைகள் புரியாது."

"இந்தத் தீவு மிகவும் அழகாக இருக்கிறது. அதில் சந்தேகம் இல்லை. இங்கு வேறு வீடுகளும் இருக்கின்றன என்று நினைக்கிறேன். ஆனால் வரும் வழியில் ஒரு வீட்டைக்கூடப் பார்க்கவில்லை" என்றார் ப்ரன்ட்.

மாரிக் உற்சாகத்துடன் உணவருந்திக்கொண்டிருந்தார். "அந்த வீடுகள் எல்லாம் தீவின் மறுபுறத்தில் இருக்கின்றன. அங்குள்ள

நிலம்தான் கட்டடங்கள் கட்டுவதற்கு மிகவும் பொருத்தமாக இருக்கும். இங்கே கடல் காற்று மிகவும் கடுமையாக இருக்கும். சில சமயம் பெரிய மரங்கள்கூட வேரற்று விழுவதுண்டு. ஆனால் இந்த வீடு இருக்கிறதல்லவா திரு. ப்ரன்ட்... வில்லியம், இது எந்தப் புயலையும் வென்று நிற்கும்."

"இதைப் பார்த்தாலே தெரிகிறதே." உயரம் குறைந்த செங்கல் கட்டடங்கள் சிறகுகள்போலப் பூமியில் பதிந்திருந்த காட்சிகளை ப்ரன்ட் நினைத்துப் பார்த்தார்.

கொன்ஸோம் தீர்ந்தபோது பணியாளர் சாலட்டுடன் வந்தார். அதன் பிறகு நல்ல ஒயின். பிறகு இதுவரை ப்ரன்ட் சாப்பிட்டதிலேயே அற்புத சுவையுடைய கோழிக்கறி.

"உங்கள் சமையல்காரி மிகவும் திறமைசாலிதான்!" உணவு சாப்பிட்டு முடித்து, பாத்திரங்கள் அகற்றப்பட்ட பின், காப்பி குடித்துக்கொண்டிருந்தபோது ப்ரன்ட் சொன்னார். அந்தப் பாராட்டு மாரிக்குக்கு மகிழ்ச்சியளித்தது. "உங்கள் பாராட்டு அவளுக்கு மிகவும் மகிழ்ச்சியளிக்கும். மிகவும் அபூர்வமாகத்தான் இங்கே விருந்தினர்கள் வருவார்கள். அதனால் நீங்கள் வந்தபோது அவள் அதிக ஆர்வத்துடன் சமைத்திருக்கலாம்."

"சமையல்காரி மட்டும் அல்ல. உங்கள் பணியாளர்கள் எல்லாம் அவரவர் வேலையை மிகவும் திறமையாகச் செய்கிறார்கள்."

"அவர்கள் மிக நல்ல பணியாளர்கள்." மாரிக் ஏற்றுக் கொண்டார். "இந்தக் காலத்தில் அது ஒரு அபூர்வ பாக்கியம். இப்போதெல்லாம் வீட்டு வேலைக்குக் கிடைப்பவர்களின் நல்ல தன்மைகள் குறைந்து வருவது, சமூக முன்னேற்றத்தின் பெரும் பலன் என்றுதான் கருத வேண்டும்."

"மிகத் திறமையான நல்ல பணியாளர்களை போற்றிப் பராமரிக்கும் தகுதியுள்ளவர்களும் இப்போது குறைவுதானே?" என்றார் ப்ரன்ட்.

"அதுவும் மிக வறட்சியான நிலைதான்."

காப்பி பருகியபடியே ப்ரன்ட், அமைதியாக இருக்கும் கிறிஸ்டினாவைப் பார்த்தார். புரிதலற்ற, ஆனால் நட்புப் பாவனையான ஒரு பார்வையை அவள் அவருக்கு அளித்தாள்.

“வில்லியம், உங்கள் பசி தீர்ந்தது என்றால் நம் அறைக்குச் செல்லலாம். நான் மிகச் சிறந்த பிராந்தி வைத்திருக்கிறேன். நீங்கள் சதுரங்க விளையாட்டில் ஆர்வமுள்ளவர் என்று என் நினைவு.”

“இரண்டிலும் உங்கள் கருத்தை நான் ஏற்றுக்கொள்கிறேன். என் பசி தீர்ந்தது. எனக்குச் சதுரங்க விளையாட்டில் ஆர்வமுண்டு. ஆனால், நீங்கள் உணவிட்ட ரீதியில் விளையாடினால் நான் தோற்றுவிடுவேன்.”

மாரிக் அதற்குப் பதிலொன்றும் சொல்லவில்லை. கிறிஸ்டினாவிடம் விடைபெற்று, அவர்கள் அறைக்கு வந்தார்கள்.

உண்மையில் அந்தப் பிராந்தி மிக உயர்ந்த தரத்திலிருந்தது. தொடக்க நகர்வுகள் கழிந்தபோதே மாரிக் ஒரு திறமையான சதுரங்க ஆட்டக்காரர் என்று ப்ரன்ட் புரிந்துகொண்டார்.

“உங்களை இரவு உணவுக்கு அழைத்தது ஏன் என்று யோசித்து நீங்கள் வியப்படைந்திருப்பீர்கள் அல்லவா?” பளிங்கால் செய்யப்பட்ட யானையை நகர்த்தி ப்ரன்டின் ராஜாவைத் தளைக்க முயற்சித்துக்கொண்டே மாரிக் கேட்டார்.

“அந்தக் கேள்வி என் மனதிலும் எழாதிருக்கவில்லை.” சதுரங்கப் பலகையில் கவனம் குவிந்திருந்த ப்ரன்ட்டுக்கு, மாரிக் ஏன் ஒரு நகர்வைப் பயன்படுத்தாமல் விட்டுவிட்டார் என்று புரியவில்லை.

“அன்று நியூயார்க்கில் பார்த்த பிறகு நான் உங்களைப் பற்றி விசாரித்தேன்.” மாரிக் தொடர்ந்தார்: “உங்களைப் பார்க்கும்போது நான் என் சிறு வயதை நினைவுகூர்கிறேன். அறிவுக் கூர்மை, நல்ல ஆரோக்கியம், பிறகு நிச்சயமாக நல்ல உயர்ந்த குடும்பம். மொத்தத்தில் சொன்னால், நான் வழக்கமாக பயணத்திடையில் பார்க்கிற வகைகளிலிருந்து ஒரு படியாவது மேம்பட்ட ஒரு ஆளுமை.”

“ஸ்துதி கீதங்களுக்கு மிக்க நன்றி.” ப்ரன்ட் சொன்னார்: “நீங்கள் சொன்னதெல்லாம் பாதி உண்மையாக இருந்தாலும் எனக்குப் போதுமென்று தோன்றுகிறது.” ராஜாவைக் காப்பாற்றுவதற்காக ப்ரன்ட் ஆளை முன்னே செலுத்தினார். மாரிக் சட்டென்று யானையை மற்றொரு சதுரத்திற்கு மாற்றி, ப்ரன்டின் ஆளை வெட்டினார். அந்த நகர்வு ப்ரன்டின் மந்திரிக்கு ஆபத்து விளைவிப்பதற்கான முன்னோடியாக இருந்தது. பிராந்தி பருகிக்கொண்டு ப்ரன்ட் சதுரங்கப் பலகையில் கவனம் பதித்தார்.

மாரிக், நிறைய நகர்வுகளை முன்கூட்டியே உணர்ந்துதான் விளையாடுகிறார் என்று புரிந்து கொண்டார் ப்ரன்ட்.

'என் கவனத்தைத் திசை திருப்புவதற்காகத்தான் என்னைப் புகழ்ந்தாரோ' என்று அவர் சிந்தித்தார். வென்றவனாக விளையாட்டை முடிக்க தீவிர ஆர்வம் கொண்டிருந்தார் மாரிக்.

"பிறகு, இங்கே நாங்கள் முற்றிலும் தனிமையாக வசிக்கிறோம். என்ன செய்ய வேண்டும் என்று தெரியாமல் நாங்கள் குழம்பிப் போகிறோம்." மாரிக் தொடர்ந்து சொன்னார்.

"நீங்கள் எப்படி இங்கே நேரத்தைச் செலவிடுகிறீர்கள். விலங்குகளையெல்லாம் விற்றுவிட்டதாகச் சொன்னீர்களே?" ப்ரன்ட் கேட்டார்.

"விலங்குகளுக்குப் பயிற்சியளித்து பயிற்சியளித்து எனக்குச் சலித்துவிட்டது. எல்லா ஜாதியையும் இனத்தையும் சேர்ந்த விலங்குகளை நான் பயிற்சியளித்துப் பழக்கினேன். அவற்றின் திறமையின் பெரும்பகுதியை பயன்படுத்திவிட்டேன்."

தன் குதிரையை நகர்த்தினால், இரண்டு நகர்வுகள் முடியும்போது தேரை இழக்க வேண்டி வரும் என்று ப்ரன்ட் புரிந்துகொண்டார். அதனால் ப்ரன்ட் குதிரையைப் பலி கொடுத்து விட்டு மாரிக்கின் மந்திரியைப் பிடிப்பதற்கான முயற்சியைத் தொடர்ந்தார். ஆனால் ஐந்து நகர்வுகள் முடிந்தபோது ப்ரன்ட்டின் மந்திரியை மாரிக் வெட்டியெடுத்தார். மாரிக் முரட்டுத்தனமாக கருணையற்று தொடர்ந்து ஆக்கிரமித்துக் கொண்டிருந்தார். எதிர்ப்பு மனோபாவத்துடன், யார் திறமையானவர் என்று தெளிவாக நிரூபிப்பதற்கான ஆவலுடன் மாரிக் விளையாட்டைத் தொடர்ந்தார். ஒருமணி நேரம் ஆகும் முன்பே ப்ரன்ட் தோற்றுப் போனார். ஆனால் அதற்கு முன்பே மாரிக் தன் ராஜாவைத் தளைத்திருக்க முடியும் என்று ப்ரன்ட் நினைவுகூர்ந்தார். ராஜாவையும், கொஞ்சம் வீரர்களையும் மிச்சம் வைக்க வேண்டிய நிர்ப்பந்தம் மாரிக்குக்கு இல்லை என்று ப்ரன்ட் நினைத்தார்.

"மிகவும் சுவாரஸ்யமாக இருந்தது அல்லவா?" மாரிக் சொன்னார். பிறகு அவர் பணியாளரை அழைக்கப் பித்தானை அழுத்தினார். வந்த பணியாளர் சதுரங்கப் பலகையையும் பிறவற்றையும் எடுத்துச் சென்றபோது மற்றொரு பணியாளர் வந்து பிராந்திக் குவளைகளை மீண்டும் நிறைத்தார்.

“உங்கள் பணியாளர்களின் செயல்திறனை எவ்வளவு பாராட்டினாலும் தகும்.” விளையாட்டில் தோற்ற கலக்கத்தை மனதிலிருந்து அகற்ற ப்ரன்ட் ஒரு முயற்சி செய்தார்.

“நீங்கள் குதிரைகளை சீக்கிரம் வெளியேற்றியதால்தான் விளையாட்டு தோற்றதென்று எனக்குத் தோன்றுகிறது” என்று மாரிக்கின் சிரித்தபடி சொன்னார். “அப்புறம் விளையாட்டு முடியும் நேரத்தில் உங்களுக்கு நல்ல உறக்கமும் வந்தது.”

மாரிக் சொன்னது உண்மையென்று ப்ரன்ட்டுக்குச் சட்டென்று புரிந்தது. நன்றாகத் தூக்கம் வருகிறது. ப்ரன்ட் நினைத்துப் பார்த்தார். ஒரு பிரத்தியேக தூக்கம். மெது மெதுவாக வந்து திடீரென்று ஆட்படுத்தும் விசித்திரமான தூக்கம்.

“நீங்கள் சொன்னது சரிதான் என்று நினைக்கிறேன்.” பிராந்திக் குவளையைக் கீழே வைத்துவிட்டு ப்ரன்ட் மெல்ல எழுந்தார். “நான் விடைபெற வேண்டிய நேரம் வந்துவிட்டது என்று தோன்றுகிறது.”

“எதற்கு? இன்று இரவு இங்கே தங்கக் கூடாதா?” மாரிக் தோழமையுடன் கேட்டார். “நீங்கள் முக்கியமாகப் போக வேண்டிய வேலை ஒன்றும் இல்லையல்லவா? இங்கே உங்களுக்குப் பழக்கமான வேறு யாரும் இல்லை. நீங்கள் இன்று இங்கே வந்திருக்கிறீர்கள் என்றுகூட யாருக்கும் தெரிந்திருக்காது.”

“மன்னிக்க வேண்டும்.” ப்ரன்ட் முணுமுணுத்தார் என்றாலும், அவரது தாடையும், முகமும், தூக்கத்தின் காரணமாக மரத்துப் போகத் தொடங்கியிருந்தன.

“தயவு செய்து என் விருந்தினராக இங்கு தங்குங்கள்.” மாரிக்கின் குரல் ப்ரன்ட்டின் செவிகளில் பதிந்தது. அந்த அறை கீழ் மேலாக ஆடுவதாகவும், தரை கீழே கீழே செல்வதாகவும் உணர்ந்தபோது ப்ரன்ட், நிலை தடுமாறி விழுந்துவிடாதிருக்க முயன்றார். அவர் அச்சத்துடன் ஒரு அடி முன்னே வைத்தார். திடீரென்று தான் மிகவும் ஆழமான பாதாளத்திற்குள் வீழ்வதாக அவருக்குத் தோன்றியது.

விழித்தபோது ப்ரன்ட், தான் ஒரு வைக்கோல் மெத்தையில் படுத்திருப்பதாகவும், தன் உடைகளை யாரோ கழற்றியிருப்ப தாகவும் திகைப்புடன் புரிந்துகொண்டார். திடுக்கிட்டு எழுந்து அமர்ந்தார். மிகவும் உயரமான சிமெண்ட் சுவர்கள் உள்ள ஒரு சிறிய அறையில் தான் இருப்பதாகப் புரிந்து கொண்டார். உயரத்திலிருக்கும் கூரைக்குச் சற்றுக் கீழே ஒரு சன்னல். அதன்

வழியாக ஒளி ஊர்ந்து வந்தது. அந்த அறையில் ஆக மொத்தம் இருந்தது ஒரு மேசையும் அலமாரியும்தான். மேசை மீது வெள்ளை லினன் துணி விரிக்கப்பட்டிருந்தது. அப்போதுதான் அறையின் மரக் கதவைத் திறந்து மாரிக்கின் உள்ளே வந்தார். காக்கி உடை அணிந்திருந்தார். கையில் விசித்திரமாக ஒரு கழி வைத்திருந்தார்.

"மாரிக்" ப்ரன்ட் தள்ளாடித் தடுமாறி நிமிர்ந்து நின்றார். தான் குடித்த பிராந்தியில் கலந்திருந்த மயக்க மருந்தின் ஆதிக்கம் இன்னும் விலகவில்லை என்று தெளிவானது. தான் மிகவும் களைத்துச் சோர்ந்திருப்பதாக உணர்ந்தார்.

"ஏன் இப்படிச் செய்தீர்கள்?" ப்ரன்ட் சினமடைந்தார். மாரிக் உணர்ச்சியற்று ப்ரன்ட்டைப் பார்த்துவிட்டுச் சொன்னார்: "பேசாதே!"

"பேசாதே என்றா சொல்கிறீர்கள்? நீங்கள் ஏன் இப்படி..." ப்ரன்ட் கோபத்துடன் மாரிக்கை நோக்கிப் பாய்ந்தார். அதே நேரத்தில் மாரிக்கின் கையிலிருந்த கழியிலிருந்து புறப்பட்ட பலமான மின் அதிர்ச்சி ப்ரன்ட்டை அசைவற்றுப் போகச் செய்தது.

"கூடாது..." மாரிக், மின் அதிர்ச்சி கொடுக்கும் கழியை உயர்த்திக் காட்டிக்கொண்டு ப்ரன்ட்டை எச்சரித்தார்.

அதைப் பொருட்படுத்தாமல் மீண்டும் ப்ரன்ட் முன்னே பாய்ந்தார். "கூடாது!" என்ற கட்டளையும் மின் அதிர்ச்சியும் ஒரே நேரத்தில் வந்தன. ப்ரன்ட்டின் பிடியில் அகப்படாமல் மாரிக் ஒரு புறமாக சாமர்த்தியமாக விலகினார்.

ப்ரன்ட் மீண்டும் மீண்டும் முன்னே தாவிக் கொண்டிருந்தார். மீண்டும் மீண்டும் கடும் மின் அதிர்ச்சியால் தாக்குற்று படுக்கையில் வீழ்ந்தார். கடைசியில் தோற்றுப்போய், நம்பமுடியாத ஏதோ ஒன்று தனக்கு நடப்பதாகப் புரிந்துகொண்டு படுக்கையில் வீழ்ந்தார். மாரிக் அலமாரியைத் திறந்து கொஞ்சம் காகிதத் தட்டுகளையும், மரக் கரண்டிகளையும், முட்கரண்டிகளையும் வெளியே எடுத்தார்.

"ம்! மேசை மீது தட்டுகளை வரிசையாக வை!" கட்டளை யிட்டார் மாரிக்.

"உனக்குப் பைத்தியம் பிடித்திருக்கிறது!" என்று கத்தினார் ப்ரன்ட்.

உடனே ப்ரன்ட்டின் உடலில் பாய்ந்தது மின் அதிர்ச்சி.

நடுங்கும் பாதங்களுடன், தட்டுத் தடுமாறி ப்ரன்ட் தட்டு களைக் கையில் எடுத்தார். அச்சமும், நிராதரவும் ப்ரன்ட்டின் கரங்களில் உதறலாக வெளிப்பட்டன. மரக் கோப்பைகள் கீழே விழுந்தன. உடனடியாக வந்தது மின் அதிர்ச்சி. அந்தத் தாக்கு தலால் ப்ரன்ட் துடித்தார்.

"கூடாது" பொறுமையுடன், சமாதானப்படுத்தும் ரீதியில் மாரிக் தொடர்ந்தார்.

"முட்கரண்டியை எப்போதும் தட்டின் இடது பக்கம்தான் வைக்க வேண்டும்."

✵

7. மரண மணி

- ராபர்ட் கோல்வி

நேரம் அதிகாலை இரண்டு மணி. ஆனாலும், மனைவியின் பக்கத்தில் படுத்திருந்த ஓவன் கென்ட்ரிக் தூங்கவில்லை. பருமன் குறைவான சுவர் தாண்டி, வந்த ஓசைகளைக் கிரகித்துக் கொண்டு படுத்திருந் தான். ஆணின் அழுகைக் குரல் கேட்டபோது ஏதோ முடிவெடுத்தவனைப் போல துள்ளி எழுந்து உடையணிந்துகொண்டான். புறப்படும்போது அவன் எலைனின் தோளைப் பற்றி பலமாகக் குலுக்கினான். ஆழ்ந்த உறக்கத்திலிருந்து அவளை எழுப்ப வேறு வழியில்லை என்று அவனுக்குத் தெரியும்.

"அடுத்த வீட்டில் இருக்கும் அந்தப் பெண்ணுக்கு ஏதோ சிக்கல் என்று தோன்றுகிறது." அவன் சொன்னான். "சற்று நேரத்திற்கு முன்பு அந்த வீட்டிலிருந்து துப்பாக்கியால் சுட்டதுபோன்று சத்தம் கேட்டது. அதன்பிறகு ஒரு ஆண் அழும் குரலும் கேட்டது. நான் சென்று விசாரிக்கப் போகிறேன்."

எலைன் நிமிர்ந்தாள். "உங்களுக்கு சும்மா அப்படித் தோன்றியிருக்கும். அப்புறம் ஒரு விஷயம் ஓவன், நானாக இருந்தால் இப்படிப்பட்ட விஷயங்களில் தலையிட மாட்டேன். இதனால் பிறகு என்னென்ன பிரச்சினைகள் வரும் என்று யாருக்குத் தெரியும்?"

"எப்படியானாலும் நான் போய் பார்த்துவிட்டு வருகிறேன்." அவன் மீண்டும் சொன்னான். இளம் நீல இரவு உடை அணிந்திருந்த, உயரம் குறைவான

அந்த மஞ்சள் முடிக்காரியின் உடல், கடைந்தெடுத்த சிற்பம் போலிருந்தது. அவள் ஓவனுடன் வாயில்வரை சென்றாள்.

"கவனமாக இருங்கள்" அவள் மெதுவாகச் சொன்னாள்.

மூன்றாம் மாடியிலிருந்து கீழே செல்லும் படிகளில் தடதடவென்று தாவி இறங்கினான் ஓவன். மூன்று மாடிக் கட்டடங்களின் ஒரு தொகுப்பு அங்கிருந்தது. பழைய சமச் சதுர பாணியிலான கட்டடங்கள். ராணுவ வீரர்களின் தங்குமிடங்கள் போன்ற அழகற்ற வசிப்பிடங்கள். சத்தம் கேட்ட வீடு ஒரு பெண்ணுடையது. ஓவனின் வீட்டை ஒட்டியுள்ள மற்றொரு கட்டடத்தில் இருந்தது அது. சுவர்களின் பருமன் குறைவாக இருப்பதால் சாதாரணமாகப் பேசும் சத்தத்தைவிட சற்றுப் பெரிய சத்தங்களெல்லாம் மறுபுறம் தெளிவாகக் கேட்கும். ஓவன் நடைபாதை வழியாகப் பக்கத்துக் கட்டடத்தின் வாயிலை நோக்கி நடந்தான். அங்கு சென்று படிகளில் விரைந்து ஏறி மூன்றாம் மாடிக்குச் சென்றான். நானூற்று ஒன்பதாம் எண் வீட்டின் கதவில் செவி பதித்து சற்று நேரம் நின்றான். எதுவும் கேட்கவில்லை. இனி என்ன செய்வது என்று தெரியாமல் தயங்கி நின்றான். கதவைத் தட்டலாம் என்று நினைத்து கையைத் தூக்கினான். மீண்டும் தயங்கினான். இவ்வளவு தூரம் வந்துவிட்ட பிறகு எது வந்தாலும் பார்த்துக்கொள்ளலாம் என்று முடிவு செய்த பிறகு கதவைப் பலமாகத் தட்டினான் ஓவன். உள்ளே பதில் எதுவும் கேட்கவில்லை. அவன் கதவை மெல்லத் தள்ளிப் பார்த்தான். கதவு, வரவேற்பறையை நோக்கி மெல்லத் திறந்தது. சன்னலருகே சடுதியில் நடந்து செல்லும் ஒரு மனிதனை ஓவன் பார்த்தான். சட்டென்று அந்த மனிதன் நின்ற நிலையிலேயே திரும்பிப் பின்னால் பார்த்தான். ஓவனுக்கு, பல்பின் வெளிச்சத்தில் அவன் முகத்தை மிகத் தெளிவாகப் பார்க்க முடிந்தது. பேரதிர்ச்சியுற்றவனைப்போல அவன் மிகவும் கலங்கி அழுகிறான் என்று ஓவனுக்குப் புரிந்தது.

"நீங்கள் யார்?" அவன் கேட்டான்.

"சற்று நேரம் முன்பு துப்பாக்கிச் சத்தம் கேட்டது என்று நான் உறுதியாகச் சொல்கிறேன்."

"துப்பாக்கிச் சத்தம் ஒன்றும் இல்லை. இங்கே அப்படிப்பட்ட சத்தமே கேட்கவில்லை." அவன் திரும்பி ஓவனை நோக்கி மூன்று நான்கு சுவடு வைத்தான்.

"துப்பாக்கிச் சத்தம் கேட்கும் முன்பே ஒரு பெண், 'கருணை காட்டுங்கள்' என்று புலம்பும் குரலை நான் கேட்டேன்." என்றான் ஓவன்.

அவன், "எந்தப் பெண்?" என்று கேட்டான். "நான் இங்கே தனியாகத்தான் இருக்கிறேன்" என்று உறுதியாகச் சொன்னான். விரிந்த மார்பும், கட்டுடலும் கொண்ட அவனது தவிட்டு நிறச் சுருள் முடியில் அங்கங்கே நரை தோன்றத் தொடங்கியிருந்தது. தாடையை முன்னால் தள்ளிக்கொண்டு திடமான பாவத்துடன் அவன் ஓவனைப் பார்த்தான். விலையுயர்ந்த அடர் நீலநிற சூட் அணிந்திருந்தான்.

"ஒரு ஆண் அழுகிற சத்தத்தையும் நான் கேட்டேன்." ஓவன் தொடர்ந்தான். "இங்கே என்ன நடந்தது?" என்று கேட்டு ஓவன் உள்ளே நுழைந்து கதவைச் சாத்தினான்.

"நீங்கள் தவறாகப் புரிந்துகொண்டிருக்கிறீர்கள்?"

"இல்லை, நானொன்றும் தவறாகப் புரிந்துகொள்ளவில்லை. எங்கள் படுக்கையறை இந்த வீட்டுக்கு மறுபுறம் இருக்கிறது. அப்புறம் இந்தச் சுவர்களெல்லாம் அப்படியொன்றும் ஓசை களைக் கட்டுப்படுத்துவதும் இல்லை."

"உங்களுக்கு இங்கே என்ன வேலை?" அந்த மனிதனின் குரலில் அப்போது உணர்ச்சிக் கலக்கம் எதுவும் தெரியவில்லை. உயிரற்ற குரல்.

"கெட் அவுட்!" அவன் கத்தினான்.

"இந்த வீட்டில் வசிக்கும் அந்த இளம் பெண் எங்கே?" ஓவன் கேட்டான். "எனக்கு அவளின் பெயர் தெரியாது. ஆயினும் அவள் வருவதையும் போவதையும் நான் பார்த்திருக்கிறேன்."

"மிஸ். டி. கார்லோ." அவன் சொன்னான். "அவள் நகரத்தில் இல்லை. வெளியே எங்கோ சென்றிருக்கிறாள். நாங்கள் பழைய நண்பர்கள். இந்த வீட்டைப் பயன்படுத்துவதற்கான சுதந்திரத்தை அவள் எனக்குத் தந்திருக்கிறாள். இப்போது திருப்தியா? இனி சீக்கிரம் இந்த இடத்தை விட்டுப் போய் விடுங்கள்! நான் மீண்டும் உங்களிடம் இப்படிச் சொல்ல மாட்டேன் என்று நினைவு வைத்துக்கொள்ளுங்கள்."

ஓவன் தலையசைத்தான். "சரி, அப்படியென்றால் பிறகு போலீஸ் தலையிடுவதுதான் அழகாக இருக்கும் என்று நினைக்கிறேன். நான் போலீசைக் கூப்பிடுகிறேன்." ஓவன் வாயிலுக்குத் திரும்பினான்.

"அமருங்கள்." அந்த மனிதன் சொன்னான்: "நாம் பேசலாம்."

"ஓஹோ! அப்படியென்றால் பேசுவதற்கு ஏதாவது இருக்கிறதா?"

"இருக்கிறது. விஷயங்களை நீங்கள் புரிந்துகொள்ள வேண்டும் என்று எனக்குக் கட்டாயம் இருக்கிறது. எல்லாவற்றையும் தெரிந்து கொண்ட பிறகு போலீசைக் கூப்பிடவேண்டும் என்று உங்களுக்குத் தோன்றினால் அப்படியே செய்யுங்கள். சில நிமிடங்கள் தாமதமாகப் போலீசை அழைத்தாலும் அதில் வித்தியாசம் எதுவும் இருக்காது அல்லவா?"

ஓவன் தோள்களைக் குலுக்கி வாயிலுக்கு அருகிலிருந்த நாற்காலியில் அமர்ந்தான். அந்த மனிதன் சோபாவில் சாய்ந்து அமர்ந்தான். தலை குனிந்தபடி அவன் சற்று நேரம் அப்படியே அமர்ந்திருந்தான். சற்று நேரம் கழித்துதான் பேசத் தொடங்கினான்:

"நான் அவளைக் கொல்லவில்லை. அதை நீங்கள் நம்ப வேண்டும். சில நிமிடங்களுக்கு முன்புதான் நான் இங்கே வந்தேன். அவள் இறந்து கிடக்கும் காட்சிதான் என்னை எதிர்கொண்டது. சில பிரத்தியேக காரணங்களால் என்னால் இதில் தலையிட முடியாது. அப்படியிருந்தாலும் அந்தக் காரணங்கள் என்னவென்று உங்களிடம் சொல்லாமல் இருக்க முடியாது என்று எனக்குத் தெரியும்."

ஓவன் சட்டென்று இருக்கையில் உறைந்துபோனான். "எங்கே?" அவன் கேட்டான்: "அவள் எங்கேயிருக்கிறாள்?"

"படுக்கை அறையில்."

"என்னிடம் காட்டுங்கள்."

"என்னால் அந்த அறைக்குள் இன்னொரு முறை செல்ல முடியாது."

"உங்களுக்கு அதைத் தவிர வேறு வழியில்லை. நான் உள்ளே செல்லும்போது நீங்கள் வெளியே ஓடித் தப்பித்துவிடலாம் என்று நினைக்கிறீர்கள். அப்படித்தானே?"

"ஓடித் தப்பிக்க வேண்டும் என்று எனக்குத் தோன்றினால் உங்களால் அதைத் தடுக்க முடியாது மிஸ்டர். அதனால் நீங்கள் படுக்கையறைக்குச் சென்று பார்த்துவிட்டு வாருங்கள். நான் இங்குதான் இருப்பேன்."

ஓவன் எழுந்து ஒரு சிறிய வராந்தா வழியாக படுக்கையறைக்குச் சென்றான். பாதி திறந்திருந்த கதவின் வழியே மங்கிய வெளிச்சம்

வெளியே வீழ்ந்திருந்தது. அறை வாயிலில் நின்று அவன் நெடிய பெருமூச்சுவிட்டான். பிறகு அறைக்குள் சென்றான்.

இரவு உடை மட்டும் அணிந்திருந்த அந்தப் பெண் கட்டிலில் படுத்திருந்தாள். ஒரு கையை மார்பின் மீது வைத்திருந்தாள். இறுக்கமாக முஷ்டியை மடக்கியிருந்த இன்னொரு கை மறு பக்கம் கிடந்தது. இருபதுகளைக் கடக்காத இளம்பெண். கறுத்த தலைமுடி தோள்வரை கிடந்தது. அழகாக ஒப்பனையிட்ட முகம். சற்று முன்னால் திருத்தி நிற்கும் பற்கள். மரண வேதனையுடன் உதடுகளைக் கோணியதால்தான், அந்த துருத்தி நிற்கும் பற்களின் குறைபாடு சற்று பயங்கரமாகத் தோன்றியது. அவள் கண்கள் அழகான நீல நிறம் கொண்டிருந்தன. அவற்றில் ஒன்று, இடது கண், எல்லையற்ற தொலைவை உற்று நோக்குவதுபோல மலர்ந்திருந்தது. மற்ற கண் இருக்க வேண்டிய இடத்தில் எதுவும் இல்லை. மூளையில் பாய்ந்த தோட்டா அந்தக் கண் வழியாக வெளியேறியிருக்கிறதென்று ஒரு பார்வையிலேயே தெரிந்தது. மண்டையோட்டுக்கு ஒட்டி, அல்லது சற்றுத் தள்ளி நின்று சுடப்பட்டிருக்கிறதென்று தெளிவாகத் தெரிந்தது. அவ்வளவும் பார்த்தபோது ஓவனுக்குப் போதுமென்றாகி விட்டது. அவன் அந்த அறையைவிட்டு வெளியே வந்தான். அந்த அறிமுகமற்ற மனிதன் சோபாவிலேயே அமர்ந்திருந்தான். தலை குனிந்து கால்களுக்கிடையில் கைகளை வைத்துக்கொண்டு கூனிக் குறுகி சோபாவில் அமர்ந்திருந்தான். ஓவன் நாற்காலியில் அமர்ந்தான். சற்று நேரம் இருவரும் மௌனமாக இருந்தார்கள்.

"எனக்கு மிகவும் குமட்டலாக இருக்கிறது. அதனால் நீங்கள் சொல்ல நினைப்பதை எவ்வளவு விரைவில் சொல்ல முடியுமோ அவ்வளவு விரைவில் சொல்லிவிடுங்கள்." என்றான் ஓவன்.

"என் பெயர் மாக்ரூடர். வில்லியம் மாக்ரூடர். என் பெயருள்ள ஒரு நிறுவனத்தின் தலைவன் நான். எங்களுக்குச் சொந்தமாகக் கொஞ்சம் வீடுகளும், அலுவலகக் கட்டடங்களும் உண்டு. எல்லாம் இந்த நகரத்தில்தான் இருக்கின்றன. அவற்றை மேற்பார்வையிடுவது தான் எங்கள் தொழில். மிஸ். டி.கார்லோ பெவர்லி எங்கள் சட்ட ஆலோசகராக இருந்தாள். என் வழக்குரைஞருடன்தான் அவள் பணியாற்றினாள். அந்த நிலையில் நான் அவளைப் பலமுறை பார்த்திருக்கிறேன். சில முறை சில சட்டப்பூர்வமான காகிதங்களில் என் கையெழுத்து வாங்குவதற்காக என் அலுவலகத்திற்கு எடுத்து வருவாள். அவ்வாறு நாங்கள் நெருங்கினோம். எங்களுக்கிடையில்

காதல் ஏற்பட்டது." வில்லியம் மாக்ரூடர் பெருமூச்சுவிட்டான். கையுறைகளின் சுருக்கங்களை நீக்குவதைப்போல கைகளைப் பிசைந்து கொண்டான்.

"கேட்டுப் பழகிய கதையைத் திரும்பச் சொல்லும் வேலையைத்தான் நான் இப்போது செய்கிறேன். பெவர்லியை நான் பல வருடங்களுக்கு முன்பு பார்த்திருந்தால் பிரச்சினை இருந்திருக்காது. ஆனால் எனக்கு இப்போது மனைவி இருக்கிறாள். குழந்தைகள் இருக்கிறார்கள். எனக்கு அவர்களின் மீது நேசமும் உண்டு. அதைத் தவிர நான் ஒரு பெரிய தொழில் நிறுவனத்தின், அதாவது கோடிக்கணக்கான சொத்துள்ள ஒரு நிறுவனத்தின் உரிமையாளன். இயல்பாகவே சிக்கலான பிரச்சினைகள் மிக அதிகமாக உண்டு. பெவர்லிக்காக நான் நிறைந்த அளவில் பொருளாதார உதவிகள் செய்திருக்கிறேன்- புதிய கார், துணிமணிகள், இந்த வீட்டுக்கு வேண்டிய மரச்சாமான்கள், பணம் இவைபோன்று பல உதவிகள் செய்திருக்கிறேன். அவள் வேலையை விடுவதற்கோ, இந்த வீட்டிலிருந்து செல்வதற்கோ ஒருபோதும் தயாராக இல்லை. எப்படியானாலும், என்னுடன் உள்ள உறவு ஒரு சமயம் முடிவுக்கு வரும் என்பதும், அதனால் தன் வாழ்க்கைப் பாணியில் மாற்றம் ஏற்படக் கூடாது என்பதும்தான் அவள் கருத்து."

"அப்படியென்றால் இன்று இரவு நடந்த சம்பவம்?"

"அதுவா? நான் அதைச் சொல்கிறேன். நானும் கணக்காளரும் வரி பற்றிய விஷயங்களை சர்ச்சை செய்துகொண்டிருந்தோம். என் சொந்த வீட்டுக்குச் செல்வதற்கு இங்கிருந்து இரண்டு மைல் தூரம் காரில் பயணம் செய்ய வேண்டும். அதனால்தான் நான் இங்கே ஒரு விடுதியில் வாடகைக்கு ஒரு அறை எடுத்திருக்கிறேன். முந்நூற்று அறுபத்தைந்து நாளும் நான் அதற்கு வாடகை கொடுக்கிறேன். இன்று இரவு அங்கே தங்கலாம் என்பது என் திட்டம். அதனால் இரவு பதினொரு மணி ஆனபோது நாங்கள் வேலையை நிறுத்திவிட்டு உணவு உண்டோம். பிறகு கொஞ்சம் பருகினோம். இரவு ஏறத்தாழ ஒரு மணி கடந்தபோது சட்டென்று எனக்கு பெவர்லியை அழைக்க வேண்டும் என்று தோன்றியது. நான் அவளைத் தொலைபேசியில் அழைத்து உன் வீட்டுக்கு வருகிறேன் என்று சொன்னேன். அவள் தொலைபேசியில் பேசிய போது அவளுக்கு ஏதோ தடுமாற்றமும் கலக்கமும் இருப்பதாக எனக்குத் தோன்றியது. அவள் தயங்கித் தயங்கிப் பேசினாள்.

மிகவும் களைப்புடன் இருப்பதாகவும், என்னைப் பார்ப்பதில் ஆர்வம் இல்லையென்றும் சொல்ல அவள் வார்த்தைகளைத் தேடினாள். உண்மையைச் சொன்னால் நான் சற்றுக் கோபப்பட்டுப் பேசினேன் என்று தோன்றுகிறது. இதோ வருகிறேன் என்று சொல்லி நான் தொலை பேசியை வைத்தேன். நான் அவளிடம் பேசியபோது வேறு யாரோ இங்கே இருந்தார்கள் என்று நான் சந்தேகிக்கிறேன். அவனிடம் விரைவில் சென்று விடும்படி அவள் சொல்லியிருக்க வேண்டும். ஒருக்கால் அவள், அவனைவிட முன்னுரிமை கொடுக்க வேண்டிய ஒருவர்தான் இப்போது தொலைபேசியில் பேசினார் என்று வெளிப்படையாகச் சொல்ல வேண்டிய கட்டாயத்திற்கு ஆட்பட்டிருப்பாள். அதன் காரணமாக அவர்களிடையே சச்சரவு ஏற்பட்டிருக்க வேண்டும். அவன் அவளைக் கொன்றிருக்க வேண்டும். நான் இங்கே வந்தபோது நீங்கள் முன்பே பார்த்ததுபோல அவள் கட்டிலில் இறந்து கிடந்தாள்." வில்லியம் மாக்ரூடர் சற்று நிறுத்தினான். "நான் சொல்வதை நீங்கள் நம்புகிறீர்களா?"

"எனக்குத் தெரியவில்லை. நான் எதற்கு உங்களை நம்ப வேண்டும்?" என்று கேட்டான் ஓவன்.

"ஏனென்றால் நான் கொலை செய்தவன் என்றால், நீங்கள் இப்போது உயிருடன் என் முன்னால் இருக்க முடியாது. ஒரு உயிரைப் பறித்தவனுக்கு இரண்டாவதாக ஒரு உயிரைக் கொல்வதில் சிரமம் ஏதும் இருக்காது. கொலை நடந்த இடத்தில் என்னைப் பார்த்த நிலையில் உங்களைக் கொல்ல வேண்டியது என் இருப்பு குறித்த பிரச்சினையாகும். நான் சொன்னதில் உங்களுக்கு மாற்றுக் கருத்து உண்டா?"

ஓவன், ஏற்றுக்கொள்ளும் விதத்தில் தலையாட்டினான்: "ஆமாம். நீங்கள் சொல்வது நம்பக் கூடியதுதான் என்று தோன்று கிறது."

"தோன்றுகிறதா? அது கூடாது. உங்களுக்குத் தெளிவான நம்பிக்கை வர வேண்டும். தெளிவான புரிதல் ஏற்பட வேண்டும்." வில்லியம் குரலை உயர்த்தினான். "இங்கே பாருங்கள் திரு..."

"கென்ட்ரிக், ஓவன் கென்ட்ரிக்."

"சரி. பாருங்கள் திரு. கென்ட்ரிக். என் பாக்கெட்டில் ஒரு துப்பாக்கி இருக்கிறது. பார்த்தீர்களா?" அவன் ஒரு சிறிய 0.38 வகை கைத்துப்பாக்கியை வெளியே எடுத்தான். "இரவு மிகவும் இருட்டிய பிறகு நான் பயணம் செய்யும்போதெல்லாம் இதை

எடுத்துச் செல்வேன். ஒரு முறை ஒரு திருடன் என்னைப் பிடித்தான். என்னிடமிருந்து கொஞ்சம் பணத்தையும் அவன் பிடுங்கிக் கொண்டான். அதன் பிறகு நான் இரவு நேரத்தில் துப்பாக்கி இல்லாமல் பயணம் செய்வதில்லை."

வில்லியம் மாக்ரூடர் துப்பாக்கியை உயர்த்தி ஓவனுக்கு நேராகக் காட்டினான்.

"மரணமடைந்த இந்தப் பெண்ணை நான்தான் இந்தத் துப்பாக்கியைப் பயன்படுத்திக் கொன்றிருந்தேன் என்றால்- இப்போது இந்தத் தருணத்தில் இயல்பாக உங்களையும் சுட்டு வீழ்த்தும் செயலைத்தானே நான் செய்ய வேண்டும்? எனக்கு எதிராகச் சாட்சி சொல்ல நீங்கள் மட்டுமே இருக்கிறீர்கள் என்றால் நான் ஏன் உங்களையும் கொல்லத் தயங்க வேண்டும்?"

"ஒருக்கால் சரியாக இருக்கலாம். இல்லையென்றால் தவறாக இருக்கலாம். "ஆனால் உங்கள் 0.38 துப்பாக்கியின் மீது எனக்கு அவ்வளவு விருப்பம் ஒன்றும் இல்லை. அதனால் அதை அப்பால் வைப்பதுதான் அழகு."

மாக்ரூடர் துப்பாக்கியுடன் எழுந்து ஓவனை நெருங்கினான். ஓவனின் முகத்திற்கு ஏறத்தாழ ஒரு அங்குல தூரத்தில் அந்தத் துப்பாக்கியைப் பிடித்து, அவன் கேட்டான்.

"திரு. கென்ட்ரிக், இந்த நொடி உங்கள் மனதில் என்ன நடக்கிறது என்று யூகிக்க முயல்கிறேன். ஒருக்கால் பெவர்லியைக் கொன்றது இந்தத் துப்பாக்கியிலிருந்து வந்த ஒரு தோட்டாவாகவும் இருக்கலாம் என்று நீங்கள் புரிந்துகொண்டிருப்பீர்கள் என நான் நினைக்கிறேன். நான் சொல்வது சரிதானே கென்ட்ரிக்?"

"எனக்குத் தெரியவில்லை." கென்ட்ரிக் சொன்னான். "என்னால் எப்படித் தெரிந்துகொள்ள முடியும்?"

"ஹும்! உங்களால் எப்படி தெரிந்துகொள்ள முடியும் என்றா கேட்கிறீர்கள்? நல்லது." மாக்ரூடர் உரத்த குரலில் கத்தினான், "உங்களுடைய இந்த மூக்கால் அறிந்துகொள்ள முடியும். இந்தத் துப்பாக்கி சற்று முன்னால் பயன்படுத்தப்பட்டிருந்தது என்றால் இதன் குழலில் கன் பவுடரின் மணம் இருக்கும். இந்தத் துப்பாக்கியில் அந்த மணம் கொஞ்சமாவது வருகிறதா?"

ஓவன் மனமில்லாமல் துப்பாக்கிக் குழலை முகர்ந்து பார்த்தான்.

"இல்லை" அவன் மிகவும் நேர்மையாகத் தன் கருத்தைச் சொன்னான். "இதில் கன் பவுடரின் மணம் சற்றும் இல்லை."

"ஒருபோதும் இருக்காது." மாக்ரூடர் தொடர்ந்து சொன்னான், "ஏனென்றால் பெவர்லியைக் கொல்வதற்கு இந்தத் துப்பாக்கி பயன்படுத்தப்படவில்லை. இவளுக்குச் சொந்தமாக ஒரு தானியங்கி கைத்துப்பாக்கி இருந்தது. இவள் அதை இங்கே தன் பாதுகாப்பிற்காக வைத்திருந்தாள். இவள் மேசையின் இழுப்பறையில்தான் அதை வைத்திருப்பாள். ஆனால் அது இப்போது காணவில்லை. அப்படி ஒரு துப்பாக்கியை அவள் இங்கே வைத்திருக்கிறாள் என்று தெரிந்த ஒரு மனிதன்தான் அதைப் பயன்படுத்தி அவளைக் கொன்றிருக்கிறான்."

மாக்ரூடர் 0,38 துப்பாக்கியைப் பாக்கெட்டில் வைத்துக் கொண்டு திரும்பி நடந்து அமர்ந்தான். "உங்களை அச்சுறுத்த வேண்டும் என்று நான் கருதவில்லை." அவன் மெதுவாகச் சொன்னான்: "ஆனால் நீங்கள் என் தரப்பை நம்ப வேண்டும் என்று நான் விரும்பினேன். அவ்வளவுதான். அவளது மரணம் எனக்குத் தாங்க முடியாத அதிர்ச்சியாக இருக்கிறது. நான் முற்றிலும் பதறிப்போய்விட்டேன். மன்னிக்க வேண்டும்."

"என் மனைவி எனக்காகக் காத்திருக்கிறாள்" என்றார் ஓவன், "நான் ஒரு துப்பாக்கிச் சத்தம் கேட்டேன் என்றும், அதை விசாரிப்பதற்காகப் புறப்பட்டேன் என்றும் அவளுக்குத் தெரியும். நான் விரைவில் திரும்பிச் செல்லவில்லை என்றால் அவள் பதற்றமுற்று போலீசை அழைக்கக்கூடும்."

மாக்ரூடர், "இதோ இருக்கிறது தொலைபேசி," என்றான். "உங்கள் மனைவியை அழைத்து, சற்றுப் பிரச்சினை இருக்கிறது என்றும், முக்கியமாக ஒன்றும் நடக்கவில்லை என்றும் சொல்லுங்கள். சட்டென்று எதிர்பாராமல் துப்பாக்கி வெடித்தது. ஆயினும் சிக்கல் ஒன்றுமில்லை. உடனே ஒரு பத்து நிமிடத்திற்குள் வந்துவிடுகிறேன் என்று சொல்லுங்கள்."

அவன் சொல்வதுபோன்று செய்தால் நல்லது என்று ஓவனுக்குத் தோன்றியது. அவன் சென்று தொலைபேசியை எடுக்கக் கை நீட்டினான்.

"அதைத் தொடாதீர்கள்." மாக்ரூடர் எச்சரித்தான். "கைக் குட்டையைப் பயன்படுத்தி ரிசீவரை எடுங்கள். போலீசுக்குத் தலைவலி ஏற்படுத்த நாம் ஏன் விரல் அடையாளங்கள் பதிக்க வேண்டும்? நான் தொட்டதாக எனக்குத் தோன்றிய இடங்களை யெல்லாம் நான் துடைத்துச் சுத்தமாக்கிவிட்டேன்." என்று மாக்ரூடர் சுட்டிக் காட்டினான். அதன்படி ஓவன் கைக்

குட்டையைப் பயன்படுத்தி ரிசீவரை எடுத்து எலைனை அழைத்தான். மாக்ரூடர் சொல்லிக்கொடுத்த கதையையே ஓவன் தன் மனைவியிடம் சொன்னான். தொலைபேசியில் பேசி முடித்துவிட்டு அவன் நாற்காலியில் சென்று அமர்ந்தபோது மாக்ரூடர் உரையாடலைத் தொடர்ந்தான்.

"என்னவாயினும் நீங்கள் பிற்பாடு உங்கள் மனைவியிடம் உண்மையைச் சொல்ல வேண்டி வரும். ஆனால் இப்படியொரு சூழ்நிலையில் இப்படி ஒரு பொய்யைச் சொல்வதுதான் நல்லது. இன்னொரு விஷயத்தையும் நீங்கள் கவனித்தால் நன்றாக இருக்கும். உங்கள் பக்கத்தில் இருக்கும் மேசை மீது ஒரு சிகரெட் லைட்டர் இருக்கிறது. அதைத் தொடாதீர்கள். பெவர்லியைக் கொன்றவனின் விரல் அடையாளங்கள் அதில் இருக்கும் என்பது என் நம்பிக்கை. நீங்கள் குனிந்து அந்த லைட்டரில் செதுக்கப் பட்டிருக்கும் எழுத்துக்களைப் பாருங்கள்."

ஓவன் அந்த லைட்டரை நுட்பமாகப் பார்த்தான். மிகவும் அழகான, கனம் குறைந்த, எவர் மனதையும் கவர்ந்திழுக்கும் ஒரு தங்க சிகரெட் லைட்டர். முன்புறத்தில் இரண்டு நட்சத்திர அடையாளங்கள். அதற்கிடையேதான் எழுத்துக்கள் செதுக்கப் பட்டிருக்கின்றன. ஓவன் குனிந்து பல்பு வெளிச்சத்தில் அந்த எழுத்துக்களைப் படித்தான்: "லை. கா."

"என்னிடமும் இதுபோன்று ஒன்று உண்டு" மாக்ரூடர் சொன்னான். பிறகு அவன் பையிலிருந்து மற்றொரு லைட்டரை வெளியே எடுத்துக் காட்டினான். பார்வைக்கு இரண்டும் ஒன்றுபோலவே இருந்தன. மாக்ரூடரின் லைட்டரில் அவனது பெயரின் இரண்டு எழுத்துக்கள் செதுக்கப்பட்டிருந்தன என்பது தான் வித்தியாசம்.

"அவள் விடுமுறையில் சென்றபோதுதான் இந்த லைட்டரை வாங்கிவந்து எனக்குத் தந்தாள்." மாக்ரூடர், ஓவனின் கையிலிருந்து லைட்டரை வாங்கி மிகவும் களைப்புடன் சாய்ந்தமர்ந்தான்.

"இப்போது எனக்கு என்ன தோன்றுகிறது என்றால், அவள் இந்த இரண்டு லைட்டர்களையும் ஒரே கடையிலிருந்து வாங்கியிருக்கிறாள். ஒன்றை எனக்குத் தந்தாள். இன்னொன்றை வேறொருவனுக்குத் தந்தாள்." மாக்ரூடர் பெருமூச்சுவிட்டான். "பெவர்லி இறந்ததில் எனக்குத் துயரமுண்டு. ஆனால் அவள் என்னை ஏமாற்றியிருக்கிறாள் என்று நான் இப்போது புரிந்து கொண்டேன். அதனால் நான் முக்கியமாக, என்னையும் என்

குடும்பத்தையும் இந்த வேதனையான சம்பவத்திலிருந்து விலக்கி வைக்க வேண்டும் என்று நினைக்கிறேன். எனக்கும் அவளுக்கும் உள்ள உறவு ரகசியமாக இருந்தது. நாங்கள் அனைவரிடமிருந்தும் அதை மறைத்து வைத்தோம். என்ன விலை கொடுத்தாலும் அந்த ரகசியத்தை அப்படியே காப்பாற்ற வேண்டும் என்று நான் விரும்புகிறேன்."

"இந்த லை. கா. என்னும் முதலெழுத்துக்கள் கொண்ட மனிதன் யார் என்று உங்களுக்கு ஏதாவது தெரியுமா?" ஓவன் கேட்டான்.

"இல்லை. அவள் என்னிடமிருந்து மறைத்து வைத்த ஒரு ரகசியம் அது. இன்று இரவுவரை அப்படி ஒரு ஆள் இருக்கிறான் என்று நான் நினைத்துப் பார்க்கவில்லை. என் பெயர் அவனுக்குத் தெரிவிக்கப்பட்டிருக்கும் என்றும் நான் நம்பவில்லை. அவள் ஒரு தந்திரக்காரியாக இருந்தாள். பணத்தை உறிஞ்ச அவள் என்ன வேண்டுமானாலும் செய்வாள் என்றுதான் நான் இப்போது புரிந்துகொள்கிறேன்."

"சரி. இவ்வளவு தெளிவுபடுத்தியும் என் நிலைப்பாட்டில் மாற்றம் ஏற்படவில்லை. ஒரு பெண்ணின் கொலை நடந்து நிமிடங்கள் கழியும் முன்பே நான் உங்களைச் சம்பவ இடத்தில் பார்க்கிறேன். அப்படியிருந்தும் நான் அதை முற்றிலும் மறந்து விட வேண்டும் என்கிறீர்களா?" என்று ஓவன் கேட்டான்.

"ஆமாம்! நிச்சயமாக! அவளைக் கொன்றவனை போலீஸ் பிடித்துக் கைது செய்துகொள்ளும். நான் நிரபராதி. பத்திரிகை களின் முதல் பக்கத்தில் பெரிய எழுத்துக்களில் வெளிவரச் சாத்தியமான செய்திகளில், நிரபராதியான நான் எதற்குத் தலையிட வேண்டும்? அத்தகைய செய்தி என் குடும்பத்தைச் சிதைத்து விடும். என் நற்பெயருக்குக் களங்கம் ஏற்படுத்தும். பிறகு அது என் தொழிலையும் பாதிக்கும்."

"அந்தப் பெண்ணைக் கொன்றது நீங்கள் அல்ல என்று எனக்கு முழுமையான நம்பிக்கை இருந்தாலும்கூட, நீங்கள் இப்போது கோருவது மிகவும் அதிகம். போலீஸிடமிருந்து உண்மை நிலையை மறைத்து வைத்த குற்றத்திற்காக என்னைப் பிடித்தால், கொலைக்குத் துணை நின்ற குற்றத்தையும் சுமந்து நான் சிறைக்குச் செல்ல வேண்டி வரும். அதைத் தவிர இந்த விஷயத்தை மிகவும் ரகசியமாகப் பாதுகாக்க வேண்டும் என்று என் மனைவியை நம்ப வைக்க வேண்டிய பொறுப்பும் எனக்குத்தான்" என்று குறிப்பிட்டான் ஓவன்.

“நம்பவும், நம்ப வைக்கவும் செய்யும் ஒரு மூலிகை பணம் தான்.” மாக்ரூடர் பதில் சொன்னான். “நீங்கள் என்ன வேலை செய்கிறீர்கள்?”

“இங்கே பக்கத்தில் உள்ள ஒரு மருந்துக் கடையில் உதவி மேலாளராக இருக்கிறேன்.” ஓவன் சொன்னதைக் கேட்டு மாக்ரூடர் தலையசைத்தான்.

“நாளை மதியப் பொழுதில் என் அலுவலகத்திற்கு வந்தால் என்னிடமிருந்து ஒரு விஷயம் உங்களுக்குக் கிடைக்கும். இது லஞ்சம் அல்ல என்று நினைவில் கொள்ளுங்கள். சமயோசிதமாக, இந்த நேரத்தில் உதவி செய்ததற்கான ஒரு பரிசு. ஒரு உதவி. நெருக்கடியை எதிர்கொள்ளும் எனக்கு தற்சமயத்தில் உதவி செய்ததற்காக நான் ஒரு பத்தாயிரம் டாலர் தருகிறேன். பணமாகவே தருகிறேன். என்ன சொல்கிறீர்கள்?”

ஓவன் கென்ட்ரிக்கின் வங்கிக் கணக்கில் அப்போது இருந்தது வெறும் அறுநூறு டாலர்தான். அந்த மாதக் கட்டணங்களை யெல்லாம் கொடுத்து முடிக்கும்போது கையிருப்பு தீர்ந்துவிடும் என்று ஓவனுக்குத் தெரியும். அத்தனைக் கால வாழ்வில் ஒரு முறைகூட ஓவனின் வங்கிப் புத்தகத்தில் ஒரு ஐந்து இலக்க எண் இடம் பெற்றதில்லை. இதுவரையிலான மிகப் பெரிய சம்பாத்தியம் ஆயிரம் டாலர்தான். அதுவும் ஒரு பழைய கார் வாங்குவதற்காக செலவிடப்பட்டது. ஒரு முறையாவது ஒரு ஐந்தாயிரம் டாலர் சம்பாதிக்க வேண்டும் என்பது ஓவனின் நெடுங்காலக் கனவு. அந்த நிலையில் பத்தாயிரம் கிடைக்கும் என்று நினைத்துப் பார்த்தபோது சொர்க்கமே கிடைத்தது போன்றிருந்தது.

ஆயினும் ஓவன் சற்றுத் தயங்கினான். அதற்கு இரண்டு காரணங்கள் இருந்தன. ஒன்று, எதிர்பாராமல் பத்தாயிரம் டாலர் கையில் வரும் என்ற செய்தி அவருக்குத் தடுமாற்றத்தை ஏற்படுத்தியது. அந்தத் தடுமாற்றம் அவரைச் சற்று நேரத்திற்கு ஸ்தம்பிக்கச் செய்தது. இரண்டாவது, வெறும் பத்தாயிரம் டாலருக்கு தன் அறிவையும், மௌனத்தையும் விலைக்கு வாங்க முடியும் என்று - அதுவும் ஒரு கொலைக் குற்றத்தின் உண்மையை ஒளித்து வைப்பதற்காக - மாக்ரூடர் உடனடியாகத் தெரிந்து கொள்ளக் கூடாது என்று ஓவன் ஆசைப்பட்டான்.

சற்று நேர அமைதிக்குப் பிறகு ஓவன் முகம் சுளித்தான். உதட்டைக் கடித்துக்கொண்டான். மேல் தளத்தை முறைத்துப் பார்த்தான். இந்த நல்லதிர்ஷ்டத்தை எதிர்பார்ப்பதுபோன்று மேலே

பார்த்தபடியே சற்று நேரம் அமர்ந்திருந்தான். பிறகுதான் வாய் திறந்தான் ஓவன்.

"இது மிக நல்ல பரிசுத் தொகை என்று ஒத்துக்கொள்ளாமல் இருக்க முடியாது. அப்புறம், மிக அதிகமான ஆபத்துகளையும் நான் சரி செய்ய வேண்டும் அல்லவா. அதனால் உங்கள் கோரிக்கையை ஏற்கத்தான் விரும்புகிறேன். ஆனால், நான் இப்போதே ஒரு விஷயத்தை வெளிப்படையாகச் சொல்லிவிட விரும்புகிறேன். எந்தக் காரணத்தின் அடிப்படையிலாவது, இந்தக் கொலையைச் செய்தது நீங்கள்தான் என்று எனக்குத் தோன்றினால்..."

"அதுதான்!" மாக்ரூடர் இடைபுகுந்து சொன்னான். "அப்படியென்றால் நாம் இருவரும் ஒரு முடிவுக்கு வந்து விட்டோம் என்று கருதலாமா?" மாக்ரூடர் எழுந்து ஓவனின் கையில் ஒரு முகவரி அட்டையைக் கொடுத்தான். "அப்படியென்றால் திரு. கென்ட்ரிக், நாம் நாளை மதியம் பார்க்கலாம்." ஆழ்ந்த தொனியில் புன்னகைத்துக் கை நீட்டினான்.

சில நிமிடங்களுக்குப் பிறகு நயாகரா நீர் வீழ்ச்சியைப் போல, ஓவன் கென்ட்ரிக்கின் வார்த்தைகள் எலைனின் செவிகளில் வீழ்ந்தன. எந்தச் சிறு சம்பவத்தையும் விட்டு விடாமல் அவன் எல்லாவற்றையும் எலைனிடம் சொல்லிக் கொண்டிருந்தான்... "அவன் அந்தத் துப்பாக்கியால் என்னைக் குறி பார்த்தான். பிறகு அவன் நாற்காலியில் வந்து அமர்ந்தபோது அவன் கண்களில் கொடூரமான பாவம் இருந்தது. என்னைக் கொல்ல வேண்டும் என்ற முடிவுடன் துப்பாக்கியை என் மூக்குக்கு அருகே பிடித்தபோது - உண்மையைச் சொல்கிறேன் எலைன்!- அவன் என்னைக் கொன்றுவிடுவான் என்றே நினைத்தேன். ஆனால் நானா பயப்படுவேன். வெனிலா ஐஸ்கிரீமைப் பார்ப்பது போல இதெல்லாம் சர்வ சாதாரணம் என்று நான் அலட்சியமாகப் பார்த்தேன்."

"பத்தாயிரமா!" வியப்பான குரலில் எலைன் கேட்டாள். காப்பியைக் குடித்துவிட்டு அவள் இனிப்புப் பலகாரம் எடுப்பதற்குக் கை நீட்டினாள். "நாம் நூறு வயதுவரை வாழக் கூடிய வாய்ப்புக் கிடைத்தாலும், அவ்வளவு நாட்கள் மிகவும் கடுமையாக உழைத்துச் சம்பாதித்தாலும் ஒரே தடவையில் இவ்வளவு பெரிய தொகையை நாம் பெற முடியாது."

"சரிதான்!" ஓவன் புன்னகையுடன் சம்மதித்தான். "பத்தாயிரம் டாலர் பச்சை நோட்டுக்கள் நம் உத்தரவைக் கேட்கவும்

ஆல்ஃபிரட் ஹிட்ச்காக் ○ 123

அதன்படி நடக்கவும் தயாராக இருக்கின்றன." ஓவன் பட்டென்று சிந்தனையில் ஆழ்ந்தான். "அவன்தான் அந்தக் கொலையைச் செய்தான் என்று நீ சந்தேகிக்கிறாயா? நாம் எப்படி அந்த விஷயத்தை நிச்சயமாகத் தெரிந்துகொள்வது?"

எலைன் தோள்களைக் குலுக்கினாள்: "யாருக்குத் தெரியும். இந்த நேரத்தில் நாம் இவ்வளவு தூரம் வந்த பிறகு, அந்தக் கேள்விக்கு இப்போது முக்கியத்துவம் உண்டா?"

மறுநாள் ஓவன் மருந்துக் கடைக்குத் தொலைபேசி செய்து தனக்கு உடல்நிலை சரியில்லை என்று சொல்லி விடுப்பு எடுத்துக் கொண்டான். மதியப் பொழுதில் சரியான நேரத்தில், வில்லியம் மாக்ரூடரின் அலுவலகம் இருந்த பெரிய கட்டடத்தின் முப்பத்து ஒன்றாம் மாடியில், லிப்டிலிருந்து இறங்கிச் சென்றார். அந்த மாடியில் இருந்த எல்லா அறைகளும் வில்லியம் மாக்ரூடரின் அலுவலகங்கள்தான். நேற்று இரவு நடந்ததெல்லாம் ஒரு கனவு என்றும், அதன் தொடர்ச்சிதான் இப்போது நடக்கிறது என்றும் ஓவனுக்குத் தோன்றியது. அவ்வித எண்ணங்களைச் சுமந்து கொண்டுதான் ஓவன் கென்ட்ரிக், கம்பளத்தை மிதித்து நடந்து வரவேற்பு கவுண்ட்டருக்குச் சென்றான்.

"ஏதாவது உதவி வேண்டுமா?" ஒரு மஞ்சள் முடிக்காரி கேட்டாள்.

"என் பெயர் கென்ட்ரிக். ஓவன் கென்ட்ரிக்."

"ஓ, ஆமாம் ஐயா! திரு. மாக்ரூடர் தங்களை எதிர்பார்த்துக் காத்திருக்கிறார். அந்த இரட்டைக் கதவுள்ள வாயில் வழியாகச் சென்று வலது பக்கம் திரும்பி, வராந்தாவின் முடிவுக்குச் செல்லும்போது இடது புறம் உள்ள வாயில். அதுதான் அலுவலக அறை ஐயா."

திரு. மாக்ரூடரின் செயலாளர் சம்பிரதாயத்தின் முகமூடி அணிந்து மரியாதையுடன் ஓவனை வரவேற்றாள். "அவர் உங்களை எதிர்பார்த்துக் காத்திருக்கிறார் ஐயா. மதிய உணவு நேரத்தில் ஒரு சந்திப்பு இருக்கிறது. அதனால் இயன்றவரை விரைவாக உங்கள் வேலையை முடித்துக்கொண்டால் நல்லது." அவள், ஓவன் வந்த விவரத்தை இன்டர்காம் மூலமாக மாக்ரூடருக்கு அறிவித்தாள்.

கென்ட்ரிக்கின் வரவேற்பறையைவிடப் பெரிதாக இருந்தது மாக்ரூடரின் அலுவலக அறை. அதன் ஒரு மூலையில் ஒரு பெரிய

மேசை. அதன் பின்னால் சாட்சாத் மாக்ரூடர்! முதல் நாள் இரவு அணிந்திருந்த அந்த நீல சூட்டுக்குப் பதிலாக நிலக்கரிச் சாம்பல் நிறமுள்ள ஒரு சூட் அணிந்திருந்தான். அந்தச் சூழலில், அந்த உடையில், அந்த பாவத்தில், அந்தக் கொலை தொடர்பாக, மாக்ரூடர் - நாச நஷ்டங்கள் விளைவிக்கக் கூடிய ஒரு மனிதன் என்று தோன்றவில்லை. முணுமுணுத்துக்கொண்டு, கிடைத்த ஒரு மூன்று நிமிட நேரத்தைப் பயன்படுத்த முயலும் ஒரு காப்பீட்டு நிறுவன முகவரைப்போலத்தான் ஓவன் தோன்றினான் என்றால் அதில் மிகையில்லை. ஓவனைப் பார்த்த பிறகும் மாக்ரூடர் எழவில்லை, அறிமுகமானதாகக் காட்டிக் கொள்ளவில்லை. தலையசைத்து, நாற்காலியில் அமரும்படி சைகை காட்டினான். மேசை இழுப்பறையைத் திறந்து ஒரு உறையை எடுத்து ஓவனிடம் கொடுத்தான். உணர்ச்சியை அடக்க முடியாமல் கென்ட்ரிக், அந்த உறையின் கட்டுக்களை அவிழ்த்துப் பார்த்தான். எல்லாம் பெரிய நோட்டுக்கள். அவற்றையெல்லாம் சற்று எண்ணிப் பார்க்கவும், தடவிப் பார்க்கவும் அவனுக்குத் தோன்றியது. ஆனால் ஓவன் அப்படியெல்லாம் செய்யவில்லை. அதற்குப் பதிலாக அவன் சற்று தர்மசங்கடத்துடன் அதன் கட்டுக்களை பழையபடியே கட்டினான்.

“நாம் ஒத்துக்கொண்டதுபோல இதில் பத்தாயிரம் டாலர் இருக்கிறது.” மாக்ரூடரின் முகம் கல்லில் செய்த சிற்பத்தைப் போல உணர்ச்சியற்றிருந்தது.

“சரி.” ஓவன் பதில் சொன்னான். “நாம் ஒத்துக்கொண்ட தொகைதான். அப்புறம் திரு. மாக்ரூடர், நான் எனக்காகவும் என் மனைவிக்காகவும் ஒரு விஷயத்தைத் தெரியப்படுத்த நினைக்கிறேன். உங்கள் ரகசியத்தை நாங்கள் பத்திரமாகக் காப்பாற்றுவோம்.”

நான் அதை உறுதியாக நம்புகிறேன். மாக்ரூடர் சிரமப்பட்டு ஒரு புன்னகையை வெளிப்படுத்தினான்.

“நான் நேற்று இரவு சொன்னதுபோல, நீங்கள்தான் அந்தக் கொலையைச் செய்தீர்கள் என்று எனக்கு ஒரு நொடி நேரமாவது சந்தேகம் ஏற்பட்டது என்றால், எவ்வளவு பணம் தந்தாலும்...”

“அந்த விஷயத்தில் தர்க்கம் ஒன்றுமில்லை.” மாக்ரூடர், ஓவனின் கருத்துக்களை மிகவும் அலட்சியமாகப் புறந்தள்ளினான். “நீங்கள் ஒரு கௌரவமான மனிதர் என்று நான் நேற்றே தெரிந்து கொண்டேன். அந்த விஷயத்தைப் பற்றி நான் மீண்டும் பேச

வேண்டுமா? உங்களிடம் மற்றொரு விஷயம் நான் சொல்ல வேண்டும். இனிமேல் நாம் சந்திக்க வேண்டாம். அதைத் தவிர்த்தே ஆக வேண்டும் புரிந்ததா?"

"சரி, ஐயா."

"எனக்குக் கொஞ்சம் வேலை இருக்கிறது. உங்களுக்குச் சிரமமில்லை என்றால்..." இந்த முறை மாக்ரூடர் எழுந்தான். ஆனால் ஓவன் கெண்ட்ரிக் கை குலுக்குவதற்காக நீட்டிய கரத்தை, மாக்ரூடர் கண்டுகொள்ளவே இல்லை. ஓவனும், அத்தகைய சிறிய காரியங்களைப் பற்றிச் சிந்தித்து மனம் வேதனைப்படுகிறவர் அல்ல. ஒரு மனிதனுக்கு மிகவும் மகிழ்ச்சியளிக்கக்கூடிய நண்பன், ஓவனின் கக்கத்தில் ஒரு கெட்டி உறையில் இருப்பதால், அதிகமொன்றும் பேசாமல் அவர் வெளியே சென்றார்.

அன்று மதியத்திற்குப் பிறகு பெவர்லி டி. கார்லோவின் சவம் கண்டுபிடிக்கப்பட்டது. மறு நாள் பத்திரிகைகளில் பெவர்லியின் கொலைதான் முக்கியமான செய்தியாக இடம் பெற்றிருந்தது. மிகவும் முக்கியமான ஒரு தடயம் போலீசுக்குக் கிடைத்திருக்கிறது என்றும், கொலையாளி இருபத்து நான்கு மணி நேரத்திற்குள் கைது செய்யப்படுவான் என்றும் பத்திரிகைகள் கூறின. அதன்படி, விரைவிலேயே லைன் க்ளாடிஸ் கைது செய்யப் பட்டான். மிஸ். டி. கார்லோவின் வீட்டிலிருந்து கிடைத்த சிகரட் லைட்டரில் 'லை. -கா' என்ற எழுத்துக்கள் பொறிக்கப் பட்டிருந்ததாகவும், அந்த லைட்டரை லைன் க்ளாடிஸுக்கு கொடுத்ததாகவும் தெரியவந்ததன் அடிப்படையில்தான் கைது நடந்தது. க்ளாடிஸ், பெவர்லி டி. கார்லோவுக்கு ஒரு புதிய காரை விற்ற ஒரு கார் விற்பனையாளன் என்றும் தெளிவானது. போலீஸ், அவனது தொழில் தொடர்பான முகவரி அட்டையை பெவர்லியின் மேசை இழுப்பறையிலிருந்து எடுத்தது. லைட்டரைக் காட்டிய போது அது தன்னுடையதுதான் என்று தயக்கமின்றி ஏற்றுக் கொண்டான் க்ளாடிஸ். அது மிஸ்.டி. கார்லோ தந்த பரிசுப் பொருள் என்றும் அவன் போலீசிடம் தெரிவித்தான். தன்னுடைய தோழியாக மட்டும் இருக்க வேண்டும் என்றும், தன்னைத் திருமணம் செய்துகொள்ள வேண்டும் என்றும் கட்டாயப் படுத்தியதன் பேரில் மிஸ். டி. கார்லோவுடன் வாக்குவாதம் நடந்தது என்றும், அதனால் அந்த லைட்டரை அவளிடம் திருப்பிக் கொடுத்ததாகவும், ஒரு வாரமாக அவளைப் பார்க்கச் செல்லவில்லை

என்றும் க்ளாடிஸ் போலீசிடம் சொன்னான். விஷயம் எப்படியிருந்தாலும், போலீஸ் லைன் க்ளாடிஸைக் கைது செய்தது. அந்த வழக்கு நீதிபதியின் முன்னால் விசாரணைக்கு வந்தபோது பெவர்லியைக் கொன்ற தோட்டா, ஒரு 0.22 தானியங்கி கைத் துப்பாக்கியிலிருந்து வந்தது என்றும் அத்தகைய ஒரு துப்பாக்கி க்ளாடிஸின் பெயரில் பதிவு செய்யப்பட்டிருக்கிறதென்றும் தெரிந்தது. பெவர்லி டி.கார்லோவின் கட்டிலுக்குப் பக்கத்தில் கிடந்த புல்லட் கேஸையும், அவளது தலைக்குள் பாய்ந்து மெத்தைக்கு வந்த தோட்டாவையும் ஒப்பிட்டுப் பார்த்ததில் இரண்டும் ஒரே துப்பாக்கியிலிருந்து வந்தவை என்று புரிந்தது. அத்துடன் அந்தச் சூழ்நிலையில் கிடைத்த ஆதாரங்களின் வெளிச்சத்தில் லைன் க்ளாடிஸ் குற்றவாளியென்று நிரூபிக்கப்பட்டது.

வழக்கு விசாரணை வந்தபோது, தான்தான் அந்தக் கைத்துப்பாக்கியை கார்லோவுக்கு இரவல் கொடுத்ததாகவும், ஒரு அந்நியன் தன் பின்னால் வந்து தன்னைத் தொல்லை செய்வதாக மிஸ். பெவர்லி சொன்ன காரணத்தால் அந்தத் துப்பாக்கியைக் கடன் கொடுத்ததாகவும் லைன் க்ளாடிஸ் சொன்னான். அவள் அந்தத் துப்பாக்கியைத் தன் இரவு மேசையின் இழுப்பறையில் வைத்திருந்ததாகவும் க்ளாடிஸ் சாட்சி சொன்னான். ஆனால், போலீஸ் எவ்வளவுதான் தேடியும் அப்படியொரு துப்பாக்கி கிடைக்கவில்லை. "நான் மிக மிகவும் கட்டாயப்படுத்தியபோது, தான் மற்றொரு ஆணுடன் நெருக்கமாக இருப்பதாகவும், அவன் தனிப்பட்ட முறையில் பணமும், புதிய கார் வாங்குவதற்கான பணமும் கொடுக்கிறார் என்றும் மிஸ். பெவர்லி சொன்னார்" என்று லைன் க்ளாடிஸ் நீதிமன்றத்தில் கூறினான். ஆனால், அந்த 'ஆணை' நீதிமன்றத்தில் ஆஜர் செய்ய முடியாததால், கிடைத்த ஆதாரங்களின் அடிப்படையில், வழக்கு லைன் க்ளாடிஸுக்கு எதிராகத் திரும்பியது. அவ்வாறு அவனுக்கு ஆயுள் தண்டனை விதிக்கப்பட்டது.

இதெல்லாம் நடந்துகொண்டிருக்கும்போது ஓவனும், அவன் மனைவியும் வீடு மாறினார்கள். பெரிய பணக்காரர்கள் வசிக்கும் ஒரு இடத்தில் வீடு எடுத்தார்கள். ஓவன், தான் பார்த்துக் கொண்டிருந்த மருந்துக் கடை வேலையை விட்டுவிட்டான். புதிய சூழலில் தன் பெருமையைக் காட்டிக்கொள்வதற்காக ஒரு புதிய காரை வாடகைக்கு எடுத்தான். பழைய நண்பர்களையும், அண்டைவாசிகளையும் புறக்கணித்துவிட்டு, புதிய சூழலில்

உள்ளவர்களை நட்பு வட்டத்திற்குள் அழைத்தான். மேற்குப் பகுதியில் உள்ள ஒரு பெரிய நிறுவனத்தின் பெயரைச் சொல்லி, கென்ட்ரிக் தன் தொழில் மேன்மைகளுக்கு பகட்டு பூசிக் காட்டிக் கொண்டான். அவன் அக்கம்பக்கத்தில் வசிப்பவர்களிடம், தான் சாமர்த்தியமாக பணம் முதலீடு செய்து பெரிய லாபம் சம்பாதித்து முன்கூட்டியே பணி ஓய்வு பெற்றுவிட்டதாக ஒரு புதிய கதையைச் சொன்னான். அந்தக் 'கதைகளுக்கு' மேலும் உறுதி கிடைப்பதற்காக அவனும் அவன் மனைவியும், தேர்ந்தெடுத்த சில தம்பதிகளுக்கு அருமையாக விருந்தளித்தனர்.

ஓவன் இவ்வளவும் செய்தது புதுப் பணத்தின் டம்பத்தைக் காட்டுவதற்கோ, தற்பெருமைக்காகவோ அல்ல. அவனுக்கு ஒரு திட்டம் இருந்தது. தன் அண்டைவாசிகளாக இருக்கும் நாகரிகமான உயரதிகாரிகள் நினைத்தால் தனக்கு ஒரு நல்ல மதிப்பான வேலை ஏற்பாடு செய்ய முடியும் என்று அவன் கணக்கிட்டான். இடையிடையே அவர்களுடன் பேசும்போது, தனக்குச் சலிப்பாக இருக்கிறது என்றும், இவ்வளவு இளமையி லேயே பணி ஓய்வு பெற்றிருக்கக் கூடாது என்றும் சில கருத்துக் களை உதிர்ப்பான். ஒரு நல்ல பதவி, அதுவும் உயர்ந்த பதவி கிடைக்கும் பட்சத்தில் தொழில் துறைக்குத் திரும்ப ஆர்வம் உண்டென்றும், ஆனால் அந்த வேலை தன் திறமைகளுக்கான அங்கீகாரமாக இருக்க வேண்டும் என்றும். அதற்கேற்ற ஊதியமும், மற்ற அனுகூலங்களும் கிடைக்க வேண்டும் என்றும், சாதாரண மாகச் சொல்வதுபோல ஓவன் சொல்வதுண்டு. அழகிய முகம் படைத்த ஓவன் கென்ட்ரிக்குக்கு பெண்களை வசீகரிக்கக்கூடிய ஒரு பிரத்தியேகத் திறமை இருந்தது. தன் அழகையும், திறமையையும், பேச்சுத் திறனையும் நிறுவன மேலதிகாரிகளின் மனைவிமார்களுக்குக் காட்டுவதில் விழிப்பாக இருந்தான். மனைவிமார்கள் இளமையாகவும், அழகிகளாகவும் இருந்தால் ஓவன் அவர்களிடம் கூடுதல் அக்கறையும் ஆர்வமும் காட்டுவான். ஓவனின் இந்த வித்தைகள், இயல்பாகவே எலைனுக்குப் பொறாமையைத் தூண்டியது. அதன் தொடர்ச்சியாக அந்த வீட்டில் சில சச்சரவுகளும், கலகங்களும் நடந்தன. ஆனால் தனியாக இருக்கும்போது தான் இந்தக் காரணங்களுக்காகச் சண்டையிட வேண்டும் என்ற பொதுப் புத்தி எலைனுக்கு இருந்தது. ஓவன், எலைனின் குற்றச்சாட்டுகளை எதிர்த்து தன்னை நியாயப்படுத்திக் கொண்டான். தனக்கு ஒரு தனிப்பட்ட இலட்சியம் உள்ளது என்றும், அதை நோக்கித்தான் தான் சென்றுகொண்டிருப்பதாகவும்,

ஒரு ஆணை வசப்படுத்துவதற்கான சுலப வழி, அவன் மனைவியின் அன்பைப் பெறுவதுதான் என்று எந்த ஒரு படு முட்டாளும் அறிவான் என்றும் ஓவன் வாதிட்டான். அவன் சொன்னது சரிதான் என்றாலும், அந்நிய ஆண்களின் மனைவிகளை வசீகரித்து வசப்படுத்தும் நடவடிக்கைகள் தனக்குப் பெரிதும் மகிழ்ச்சியளிக் கின்றன என்ற உண்மையை மட்டும் அவன் வெளியிடவில்லை.

உண்மையைச் சொன்னால், ஓவன் கென்ட்ரிக்கின் தந்திரங்கள் வெற்றியடைந்திருக்கும். ஆனால் அவன் அதில் அதிக ஆர்வம் காட்டினான். பணி ஓய்வு பெற்ற உயரதிகாரியின் பாத்திரத்தை மிகை நடிப்பால் அவன் மோசமாக்கினான். சில நிறுவனத் தலைவர்களின் மனைவிகளிடம் அவன் அளவுக்கு அதிகமான ஆர்வம் காட்டியபோது, மற்ற மனைவிகள் அவனது திறமைக்கும், சாமர்த்தியத்திற்கும் ஏற்ற பணியிடங்கள் இல்லை யென்று சொல்லித் தவிர்த்தார்கள். நிறுவனத்தில் முக்கியமான பணியிடங்கள் எதுவும் தற்சமயம் இல்லை என்று சொல்லி மன்னிப்புக் கேட்டு அவர்களெல்லாம் பின்வாங்கினார்கள். வெளிப் பூச்சுக்களைக் களைந்துவிட்டுக் கீழே இறங்குவதற்கான நேரம் வந்தாலும், ஓவன் தன் உண்மையான உருவத்தை வெளிப்படுத்தத் தயாராக இல்லை. வேலைகள் கிடைக்காது என்று அறிந்தாலும் தனக்கே உரிய பாணியில் புன்னகைத்து, தோள்களைக் குலுக்கிக்கொண்டு, "காத்திருப்பதற்கு நேரம் இருக்கிறது" என்று மட்டுமே அவன் பதில் சொன்னான்.

ஓவன் நம்பிக்கையின் பலத்தில் எல்லையற்றுக் காத்திருக் கலாம்தான். ஆனால் பொருளாதாரச் சூழ்நிலைகள் அவனை முடக்கின. புதிய பாத்திரத்தில் ஆறு மாதகாலம் நடித்தும்கூட வேலையெதுவும் கிடைக்காதபோது, அதற்கேற்றபடி செலவுகள் குறையவில்லை. வாழ்க்கைச் செலவுகளுக்காகவும், விருந்து களுக்காகவும், பிறவற்றுக்காகவும் செலவிட்ட பிறகு அந்தத் தம்பதிகள் ஒரு நாள் வங்கியில் ஆயிரம் டாலர் மட்டும்தான் மிச்சமிருக்கிறது என்று புரிந்துகொண்டார்கள்.

ஒரு நாள் காலையில் எலைன் கேட்டாள்: "இனி நாம் என்ன செய்வது?" அவளது அச்சத்தைத் தணிப்பதற்காகப்போல வெளியே மழை அடித்துப் பொழிந்துகொண்டிருந்தது. "முடிந்தவரை விரைவாக நாம் அறிவுப்பூர்வமாக ஏதாவது செய்யவில்லையென்றால் ஏதாவது எலி வளையில் வசிக்க

வேண்டிவரும். நீங்கள் அந்தப் பழைய மருத்துக் கடை குமாஸ்தா வேலைக்குச் செல்ல வேண்டியிருக்கும்."

"என்னது! நான் அந்த மருந்துக் கடை வேலைக்குச் செல்வதா?" ஓவன் குரல் உயர்த்தினான். "முட்டாள்களும், உதவாக் கரைகளும்தான் அந்த வேலைக்குச் செல்வார்கள். இனியும் எனக்கு அந்த வாழ்க்கை வேண்டாம்."

"ஓ, உங்களுக்குத்தான் உடம்பெல்லாம் மூளை இருக்கிறது!" எலைன் கேலி செய்தாள். "இந்த நாசத்தை ஏற்படுத்தியது நீங்கள்தான். அதனால் மூளையுள்ள நீங்களே இதிலிருந்து தப்புவதற்கான வழியும் சொல்லுங்கள். நம் சிறிய நாடகம் அதிக நாட்கள் நடக்காது என்று உங்களுக்குத் தெரியாதா? ஏன் உங்களுக்கு ஒரு முறைகூட முன் யோசனை ஏற்படவில்லை."

"போதும், போதும், நிறுத்து!" என்றான் ஓவன். "இப்படிப் பட்ட ஒரு சிக்கல் வந்தால் என்ன செய்ய வேண்டும் என்று நான் முன்பே சிந்தித்து வைத்திருக்கிறேன்."

திடீரென்று ஏதோ முடிவு செய்தவனைப்போல ஓவன் கென்ட்ரிக் எழுந்து தன்னிடமிருந்ததில் மிகவும் நல்ல சூட் எடுத்து அணிந்துகொண்டான்.

"நான் உங்களை எதிர்பார்த்தேன்." வில்லியம் மாக்ரூடர் தேக்கு மேசையின் பின்னிருந்து சொன்னான். அவன் முகத்தில் கோபமோ, கலக்கமோ எதுவுமில்லை. முற்றிலும் அமைதியாக இருந்தான். வெள்ளி சிகரெட் லைட்டரால் ஒரு சிகரெட் பற்ற வைத்து அவன் நாற்காலியில் சாய்ந்து அமர்ந்திருந்தான். "சீக்கிரமே நீங்கள் வருவீர்கள் என்று எனக்கு உறுதியாகத் தெரியும். அவர்களெல்லாம் அப்படித்தான்."

"அவர்களா?" ஓவன் கேட்டான்.

"உங்கள் வகையைச் சேர்ந்தவர்கள். நான் அதை நினைத்துத் தான் சொன்னேன்." சலிப்பை வெளிக்காட்டாமல் மாக்ரூடர் சொன்னான்.

"என் வகையா? மாக்ரூடர், எனக்கு இந்தப் பதப்பிரயோகம் சற்றும் பிடிக்கவில்லை." ஓவன் எதிர்த்தான்.

"உங்களுக்குப் பிடிக்கவில்லையா?" குரலுயர்த்தாமல் இனிமையாகப் பேசினான் மாக்ரூடர்.

"அதனால்..." ஓவனின் எதிர்வினையைப் பொருட்படுத்தாதது போல மாக்ரூடர் தொடர்ந்தான்:

"பெற்ற பணம் எல்லாம் செலவாகித் தீரும்போது நீங்கள் திரும்பி வருவீர்கள் என்று எனக்குத் தெரியும். நான் இப்போது அதற்குத் தயாராகத்தான் இருக்கிறேன். இத்தகைய நிலைகளை எதிர்கொள்வதற்கான வழிகளை அறிய நான் சில முறை தொலைபேசிகளில் பேசினேன். எனக்குக் கிடைத்த பதில் ஒன்று தான்- ஒன்று, ஆபத்தான எதிரியை வசப்படுத்துவது, இல்லையென்றால் அழித்துவிடுவது. நான் வசப்படுத்தத்தான் முடிவு செய்திருக்கிறேன்- இந்த ஒரு முறை மட்டும். இதை மறக்கக்கூடாது." இப்படிச் சொல்லிவிட்டு மாக்ரூடர் மேசை இழுப்பறையைத் திறந்து சற்று நேரம் தேடிப் பார்த்தான். பிறகு ஒரு உறையை வெளியே எடுத்தான். அதை அவன் ஓவனின் முன்னால் தள்ளிவிட்டான். அதில், ஓவன் கென்ட்ரிக்கின் பேரிலான ஐயாயிரம் டாலருக்கான காசோலை இருந்தது.

"நீங்கள் கையெழுத்திட்ட இந்தக் காசோலையை இவ்வளவு நாளாகப் பாதுகாத்து வைத்திருந்தீர்களா?" ஓவனுக்கு வியப்பை அடக்க முடியவில்லை.

"ஆமாம். நீங்கள் அன்று வந்து சென்ற அடுத்த நாளே நான் இந்தக் காசோலையை எழுதி வைத்தேன். உங்கள் மௌனத்திற்கு நான் எவ்வளவு விலை தர முடியும் என்பதை நான் முன்பே முடிவு செய்திருந்தேன். என்னைப் பொறுத்தவரை இந்த ஐயாயிரம் டாலரை நான் சகித்துக் கொள்ளலாம். இதற்கு மேல் ஒரு பைசாகூடத் தரமாட்டேன்! தர என்னிடம் பணம் இல்லை என்று புரிந்துகொள்ளாதீர்கள். என்னிடம் பணம் இருக்கிறது. ஆனால் எல்லையற்றுத் தொடரச் சாத்தியமுள்ள இந்த அச்சுறுத்திப் பணம் பறிக்கும் நிகழ்ச்சியில் சிக்கிக் கொள்ள எனக்குச் சற்றும் ஆர்வம் இல்லை. அதனால் நான் மேற்கொண்டு இந்த ஐயாயிரம் டாலரைத் தருகிறேன். இதற்கும் அதிகமாகக் கேட்பது உங்களுக்கு ஆபத்தை வரவழைக்கும் என்பதை மறந்துவிடாதீர்கள்."

"என்ன? பயமுறுத்துகிறீர்களா?" ஓவன் கேட்டான்.

"நிச்சயமாக அதுதான். அச்சுறுத்தல் மட்டும் அல்ல. நான் சொல்வது உண்மையும்கூடத்தான். நம் பரஸ்பர முடிவின் கடைசி நகாசு வேலைகள்தான் மிச்சமிருக்கின்றன. மிச்சமெல்லாம் நான் சொல்லி வைத்துவிட்டேன். எனக்கு ஒரு தொலைபேசி அழைப்பு

போதும். அந்தத் தொலைபேசி அழைப்பின் மூலம் முற்றிலும் தொழில் ரீதியிலான இரண்டு கொலைகளை என்னால் விலைக்கு வாங்க முடியும். உங்களால் இதை நம்ப முடிகிறதா?"

"முடிகிறது." உண்மையில் ஓவனுக்கு அப்போது முழுமையான நம்பிக்கை தோன்றியிருந்தது.

"சரி." மாக்ரூடர் தொடர்ந்து சொன்னான்: "உங்களுக்கும் உங்கள் மனைவிக்கும் நான் மூன்று நாட்கள் அவகாசம் தருகிறேன். அதற்குள் இங்குள்ள குடும்ப விஷயங்களைச் சரிப்படுத்திவிட்டு நீங்கள் நகரத்தை விட்டுச் சென்றுவிட வேண்டும். குறைந்தது ஒரு ஆயிரம் மைலுக்கு அப்பால் நீங்கள் சென்றுவிட வேண்டும். இன்னொரு விஷயம், எக்காரணம் கொண்டும் நீங்கள் இங்கே திரும்பி வரக்கூடாது. புரிந்ததா?"

"புரிந்தது." காசோலையைப் பாக்கெட்டில் வைத்துவிட்டு ஓவன் எழுந்தான்.

"அவன் பொய் சொல்கிறான் என்று உங்களுக்குத் தோன்றுகிறதா?" காசோலையைக் கவனித்துப் பார்த்துவிட்டு எலைன் கேட்டாள். "அவன் நம்மைக் கொல்வான் என்று தோன்று கிறதா?"

"அவன் ஒன்றும் பொய் சொல்லவில்லை எலைன். அவன் நம்மைக் கொல்லத் தயங்க மாட்டான் என்றுதான் தோன்றுகிறது. நான் அப்படித்தான் நம்புகிறேன்."

"அப்படியென்றால்..." எலைன் தொடர்ந்தாள். "அவன் தான் அந்தப் பெண்ணைக் கொன்றிருக்கிறான். இல்லையென்றால் நாம் பேசாமல் இருப்பதற்காக அவன் பத்தாயிரம் டாலர் செலவிடுவானா? நாம் வாயைத் திறந்துவிடுவோமோ என்று பயந்து அவன் நம்மைக் கொல்லவேண்டும் என்று யோசிப்பானா? அவன் நிரபராதி அல்ல என்றுதான் நான் நினைக்கிறேன்."

"அது எனக்குத் தெரியவில்லை." என்றான் ஓவன். "அப்புறம் அந்த விஷயங்களைப் பற்றி யோசித்து மூளையை வருத்திக் கொள்ள நான் தயாரில்லை."

"ஏன்?" எலைன் கேட்டாள்.

"அவன்தான் மிஸ். பெவர்லி டி.கார்லோவைக் கொன்றவன் என்றால், சிறைக்குச் சென்றவன் ஒரு நிரபராதி அல்லவா? அதனால்தான்."

"ஓஹோ? அது சரி. நான் அதை நினைக்கவில்லை. அப்படி யென்றால் நாம் நேரத்தை வீணாக்காமல் மூட்டை முடிச்சுகளைக் கட்டிக்கொண்டு புறப்படுவோம்."

அவர்கள் மெக்சிகோவின் எல்லைக்கு அப்பால் உள்ள சான்டீகோவுக்குச் சென்றார்கள். ஏதாவது பிரச்சினை ஏற்பட்டால் எல்லை கடந்து மெக்சிகோவில் தஞ்சமடைந்து விடலாம் என்பதுதான் அவர்களின் எண்ணம். நிலையான வேலையும் வருமானமும் இல்லையென்றால் பணம் உடனடியாகச் செலவாகிவிடும் என்று அனுபவத்திலிருந்து புரிந்துகொண்ட அவர்கள் இந்த முறை மிகவும் கவனத்துடன்தான் நடந்து கொண்டார்கள். காசோலையை வங்கியில் போட்ட உடனே ஓவன் மருந்துக் கடைகளிலெல்லாம் ஏறியிறங்கி வேலைக்கு முயன்றான். எலைன் திருமணத்திற்கு முன்பு, பெண்களுக்கான அழகு சாதனங்கள் விற்கிற நிறுவனத்தின் விற்பனைப் பிரதிநிதியாக இருந்தாள். அவள் அதுபோன்ற மற்றொரு வேலையைத் தேடிக் கொண்டாள். ஒரு மாகாணத்தின் முழுப் பொறுப்பும் அவளுக்கு இருந்தது. அதனால் அவள் சில சமயம் வாரத்தில் மூன்று நாட்களோ, இல்லையென்றால் வாரம் முழுக்கவோ பயணம் செய்வாள்.

அதற்குப் பிறகு ஓவனால் ஒரு நல்ல நிலையை ஏற்படுத்திக் கொள்ள முடியவில்லை. எலைன் இல்லாத நாட்களை அவன் நன்றாகப் பயன்படுத்திக்கொண்டான். அந்த நாட்களை அவன் பெண் வேட்டைக்குப் பயன்படுத்தினான். அவனுக்கு எலைனுடனான தாம்பத்திய வாழ்க்கையும் சலிப்புறத் தொடங்கியிருந்தது. அவ்வாறு எலைன் சுற்றுப் பயணத்திலும், ஓவன் மற்ற 'இரை'களுக்கு வலை வீசும் வேளையிலும் மூழ்கியிருந்தார்கள். இருந்தாலும் எலைனைக் கைவிட வேண்டும் என்று அவன் ஒருபோதும் யோசிக்கவில்லை. அப்படிச் செய்தால் அது ஆபத்தான விளைவுகளை ஏற்படுத்தும் என்று அவனுக்குத் தெரியும். கோபத்தால் ஏதும் மோசமாக நடந்துகொண்டால், தான் ஒரு கொலை தொடர்பான உண்மைகளை மனப்பூர்வமாக போலீசிடமிருந்து மறைத்த ஒரு பிளாக்மெயிலர் என்று எலைன் சொல்லிவிடுவாள் என்று அவன் உணர்ந்திருந்தான். அதனால் எலைனுக்குத் தெரியாமல் அவள் இல்லாத நாட்களில் மட்டும் தான் அவன் மற்ற 'அழகி'களை வலையில் வீழ்த்தத் தொடங்கி யிருந்தான்.

எலைன் ஸாக்ராமென்டோவுக்குச் சென்றிருந்த ஒரு நாளில் தான் ஓவன் தன் மிகப் புதிய 'காதலி'யுடன் இரவுக் கேளிக்கை விடுதிக்குச் சென்றான். லா ஜோல்லாவுக்குப் பக்கத்தில் கடலைப் பார்த்தவாறு இருந்த ஒரு ஹோட்டலிலிருந்த கேளிக்கை விடுதி அது. அந்தப் பெண்ணின் தலைமுடி அடர்ந்த கறுப்பு நிறத்தில் இருந்தது. அது அடர்த்தியாக வளர்ந்து தோளைத் தாண்டி, பித்தங்கொள்ளச் செய்யும் மணத்துடன் அலைகளைப்போலச் சுருண்டிருந்தது. அவள் கேசத்தின் நிறம், எலைனின் முடிக்கு நேர் மாறாக இருந்தது. அவர்கள் கேளிக்கை விடுதியின் முற்றத்தில் பாட்டுக் கேட்டபடி எல்லாவற்றையும் மறந்து மெல்ல நடனம் ஆடினார்கள்.

பாடகர் குழுவின் காதல் பாடல் ஒலித்துக்கொண்டிருந்தது. இரவுக் கேளிக்கை விடுதியின் பக்கத்தில் உள்ள கடற்கரையை முத்தமிடுவதற்காக அலைகள் தொடர்ந்து ஓடி வந்து கொண்டிருந்தன. பாட்டு முடிந்தபோது சற்று நேரம் ஓய்வு கிடைத்தது. அவர்கள் இருவரும், திறந்த ஒரு சன்னலின் பக்கத்தில் சேர்ந்து நின்றார்கள். அவள் சிகரெட் எடுத்து தன் உதட்டில் வைத்தபோது, ஓவனின் லைட்டர் பட்டென்று வெளியே வந்தது. இரண்டு நட்சத்திரங்களுக்கு இடையில் பெயரின் தலைப்பெழுத்துக்கள் பொறித்த ஒரு தங்க லைட்டர். அவள் ஆர்வத்துடன் அந்த லைட்டரைப் பார்த்தாள். பிறகு அதைக் கையில் வாங்கினாள்.

“எவ்வளவு அழகான லைட்டர்!” அவள் சொன்னாள், “இப்படிப்பட்ட ஒரு லைட்டரை நான் இதுவரை பார்த்ததில்லை.” அவள் அந்த லைட்டரைக் கொஞ்சம் நெருக்கமாகப் பார்த்து நட்சத்திரங்களுக்கு இடையில் உள்ள எழுத்துக்களைப் படித்தாள். “ஓ, இதில் உங்கள் பெயரின் முதல் எழுத்துக்கள் இருக்கின்றன அல்லவா! அடடா! மிகவும் நன்றாக இருக்கிறது. உங்களுக்கு இது எங்கிருந்து கிடைத்தது?” அவள் ஒரு பொறாமைப் புன்னகையுடன் ஆர்வத்துடன் கேட்டாள்.

“அன்பளிப்பாகக் கிடைத்தது.” அவன் பதில் சொன்னான், “இன்றுதான் நான் இதைப் பார்த்தேன். என் பொருட்களை யெல்லாம் சும்மா பார்த்துக் கொண்டிருக்கும்போதுதான் இதைக் கண்டேன். ரகசியமாகப் பாதுகாக்க வேண்டிய பல நினைவுப் பொருட்கள் இருக்கும் ஒரு பெட்டியில் இதைப் பார்த்தேன். அப்போதுதான் இப்படிப்பட்ட ஒரு பொருள் என்னிடம்

இருக்கிறது என்ற விவரத்தையே நான் அறிந்தேன். அந்த நேரத்தில் தான், ஒரு சுவராஸ்யத்திற்காக இதை வைத்துக்கொண்டு உலவவேண்டும் என்று எனக்குத் தோன்றியது."

"ஒரு அழகான பெண் உங்களுக்குக் கொடுத்தது என்று நான் கருதலாமா?" அவள் சொன்னாள்.

"அவள் அழகி என்றுதான் நான் நினைத்திருந்தேன். அதெல்லாம் பழைய கதை. உண்மையைச் சொன்னால், மிகவும் தாமதமாகத்தான் அவள் விகாரமான உருவமுடையவள் என்று நான் புரிந்துகொண்டேன். மற்றவர்களைத் துன்புறுத்துவதில் கொடூர மகிழ்ச்சியடையும் ஒரு பிரத்தியேகப் பெண் அவள். நான் அவள் மீது காதல் கொண்டிருந்தேன். மிகவும் ஆழமான காதல் அது. என்னைத் தவிர மற்ற சில ஆண்களுடனும் அவளுக்குத் தொடர்பு இருக்கிறது என்று தெரிந்தாலும் எனக்கு அவள் மீதுள்ள காதல் குறையவில்லை. ஒவ்வொருவருக்கும் அவள் இதுபோன்ற சிகரெட் லைட்டரைப் பரிசாகக் கொடுத்திருந்தாள்- ஒரே மாதிரியான தங்க லைட்டர்கள் - அதில் பொறிக்கப்பட்டிருக்கும் முதல் எழுத்துக்களில் மட்டும்தான் வித்தியாசம் இருக்கும்."

"உண்மையாகவா?"

"ஆமாம்." அது பற்றி நிறையப் பேச வேண்டும் என்று ஓவனுக்குத் தோன்றியது. அவன் திடீரென்று, இவ்வளவு நாட்கள் மனதில் அடக்கி வைத்திருந்த ஏமாற்றத்தையும், வெறுப்பையும் வெளிப்படையாகச் சொன்னான். இனிமேல் தன்னை யாரும் பிடிக்க மாட்டார்கள் என்ற உண்மையும் அவனுக்குத் தைரியம் கொடுத்தது.

"அவளுக்கு மேலும் இரண்டு காதலர்கள் இருந்தார்கள். எனக்காக அவள் அவர்களைப் புறக்கணிக்கமாட்டாள் என்று தெரிந்தபோது நான் அவளைப் பார்ப்பதை நிறுத்தினேன். உண்மையைச் சொன்னால் அப்படிப்பட்ட ஒரு முடிவை எடுப்பதற்கு மிகவும் அதிகமான மனக்கட்டுப்பாடு எனக்குத் தேவைப்பட்டது. ஏனென்றால் நான் அவளை அவ்வளவு தூரம் நேசித்தேன். அந்த முடிவில் உறுதியாக நிற்கக்கூடிய ஆத்ம தைரியம் எனக்கு எப்படிக் கிடைத்தது என்று இப்போதும் தெரியவில்லை. உண்மையில் அவளும் என் மீது நேசம் கொண்டிருந்தாள். நான் அவளைப் பார்க்கச் செல்வதை நிறுத்தியபோது அவளுக்குக் கோபம் வந்தது. அவளுக்கு நானும்

தேவைப்பட்டேன். மற்ற இருவரைக் கைவிடவும் அவளுக்கு மனம் இல்லை. இந்த ஏற்பாட்டை நான் ஏற்றுக்கொள்ளவில்லை என்று தெரிந்தபோது அவள் மிகவும் சினம் கொண்டாள். அவள் என்ன செய்தாள் என்று தெரிய வேண்டுமா? சொல்கிறேன். நான் வசிக்கும் அடுக்குமாடிக் குடியிருப்பில் ஒரு வீடு காலியாக இருப்பதை அவள் எப்படியோ தெரிந்துகொண்டாள். பிறகு அவள் அங்கே வசிக்கத் தொடங்கினாள். அவளது காதலர்கள் வருவதையும் செல்வதையும் என்னால் பார்க்க முடியும். எங்கள் வீடுகளைப் பிரித்தது ஒரு சுவர்தான். அந்தச் சுவரோ மிகவும் மெல்லிய சுவர். அந்த அறையில் நடக்கும் உரையாடல்கள் சில சமயம் எனக்கும் கேட்கும்."

அதையெல்லாம் நினைவுகூர்ந்தபோது ஓவன் கென்ட்ரிக்கின் முகம் கறுத்தது.

"எனக்கு வேதனையளிப்பதற்காக அவள் திட்டமிட்டுச் செய்த வேலை அது. அந்த வகையான செயல்களில் அவள் மகிழ்ச்சியடைந்தாள்."

"ஓ! பயங்கரம்தான்! நீங்கள் எவ்வளவு வருத்தப்பட்டிருப் பீர்கள்!" என்று புலம்பினாள் அவள். ஓவனின் மீதான தன் இரக்கத்தைத் தெரிவித்துக்கொள்ள அவள் மிகவும் முயன்றாள். "அப்போது உங்களுக்கு அவளைக் கொல்ல வேண்டும் என்ற வெறி ஏற்பட்டிருக்குமே?"

"மகிழ்ச்சியுடன்" என்றான் ஓவன். ஒரு நொடி நேரம் ஓவனின் முகத்தில் கடுங்கோபமும் வெறுப்பும் மின்னி மறைந்தன. அவளின் பார்வை தன் முகத்தில் பதிந்திருப்பதை அறிந்தபோது அவனுக்கு இடம், காலம் பற்றிய பிரக்ஞை வந்தது. அவன் பெரிதாகச் சிரித்தான். உடன் அவளும்.

பிற்பாடு சற்று நேரம் கடந்தபோது அவர்கள் இருவரும் கைகோர்த்தபடி கடற்கரையில் நடந்தார்கள். ஓவன் கென்ட்ரிக், பாக்கெட்டிலிருந்த அந்த சிகரெட் லைட்டரை வெளியே எடுத்தான். ஒரு சிறிய சடங்கைச் செய்து முடிக்கும் பாவத்துடன் அவன் அந்த சிகரெட் லைட்டரை ஓங்கிக் கடலில் வீசியெறிந்தான்.

✻ ✻ ✻